I0678677

वपु सांगे
वडिलांची
कीर्ती

मेहता पब्लिशिंग हाऊस

Please contact us at **Mehta Publishing House,** Pune.
Email : production@mehtapublishinghouse.com
Website : www.mehtapublishinghouse.com

SANGE VADILANCHI KIRTI by V. P. KALE

सांगे वडिलांची कीर्ती : वपु काळे / व्यक्तिचित्र

Email : author@mehtapublishinghouse.com

© स्वाती चांदोरकर व सुहास काळे

मराठी पुस्तक प्रकाशनाचे हक्क मेहता पब्लिशिंग हाऊस, पुणे

प्रकाशक : सुनील अनिल मेहता, मेहता पब्लिशिंग हाऊस,
१९४१ सदाशिव पेठ, माडीवाले कॉलनी, पुणे – ४११०३०.

मुखपृष्ठ : कमल शेडगे

प्रकाशनकाल: नोव्हेंबर, १९७३ / १९८८ / मार्च, १९९० / सप्टेंबर, १९९६ / जानेवारी, २००१ / जानेवारी, २००५ / डिसेंबर, २००८ / ऑक्टोबर, २०१२ / एप्रिल, २०१३ / मार्च, २०१५ / पुनर्मुद्रण : एप्रिल, २०१७

P Book ISBN 9788177660517
E Book ISBN 9788184986587
E Books available on : play.google.com/store/books
www.amazon.in/b?node=15513892031

स्वर्ग नावाच्या 'रेस्टॉरंट' मध्ये गौतम बुद्ध, लाओ-त्से आणि कन्फ्यूशिअस बसले होते.

कालसुंदरी जीवनरसाचे प्याले भरून घेऊन आली. ते पेले काठोकाठ भरलेले होते. तिने ते पेले तिघांसमोर ठेवले.

गौतम बुद्धानं, जीवन दुःखमय आहे, असं म्हणत पेला दूर सारला.

लाओत्से म्हणाला, '' पेला आणलाच आहे, तर चव बघायला काही हरकत नाही. ''

कन्फ्यूशिअसनं पेल्याचा स्वीकार केला.

या रेस्टॉरंटमध्ये जर अष्टावक्र गेला, तर तो काय करील?

ओशोंना हा प्रश्न कुणीतरी विचारला.

ओशो म्हणाले,

'' अष्टावक्र पेल्याचा स्वीकार तर करीलच; इतकंच नव्हे, तर तो कालसुंदरीला सुद्धा संपवून टाकेल. पिऊन टाकेल. कालसुंदरी म्हणजे ' समय. ' म्हणजे ' काळ. ' पेल्यातील पेय म्हणजे साक्षात ' जीवन. ' पेले काठोकाठ भरलेले होते, याचा अर्थच हा जीवनरस भरभरून वाहतोय. पण तो काळाच्या पेल्यातच भरलेला आहे. या रसाचा आस्वाद घेणं, म्हणजेच समय जिंकणं. वेळेवर मात करणं. प्रत्येक क्षणामध्ये काठोकाठ जीवन भरलेलं आहे. त्या रसाचा स्वाद घेणं, म्हणजेच आयुष्य जिंकण्याची कला. एक क्षण जरी तुम्ही तसाच गमावलात, तरी त्या क्षणातल्या आनंदाला तुम्ही पारखे होता. जे. कृष्णमूर्ती यालाच Awareness म्हणत असावेत. जागरूक राहणे. ही जागरूकता आली, म्हणजे वर्तमानातल्या प्रत्येक क्षणावर बारीक लक्ष ठेवता येतं. तोच क्षण तुम्हाला,

आपण त्याचा योग्य विनियोग कसा करावा, हे सांगतो. अशा माणसांवर पश्चात्ताप करण्याची पाळी कधीच येत नाही. ''

मी स्वतःला भाग्यवान समजतो. याचं कारण, अशी व्यक्ती मला माझ्या वडिलांच्याच रूपात भेटली आणि त्यानंतर एकदम भेटले ते सुरेशचंद्र नाडकर्णी. अष्टावक्राप्रमाणेच सुरेशचंद्रांनी कालसुंदरीलाच प्राशन केलं.

नाडकर्णींइतका धनाढ्य माणूस मी बघितला नाही. टाटा, बिर्ला, मफतलाल या सगळ्यांची संपत्ती एकत्र केली, तरी ती कमीच ठरेल. हे सगळं धन लॉकरमध्ये न ठेवता, उघड्यावर टाकूनही तुम्ही त्यातला एक रुपयाही पळवू शकणार नाही.

' झुऑलॉजी 'चे प्राध्यापक, उर्दू, मराठी, इंग्लिश भाषेवर प्रभुत्व, स्वतः शायरीकार, टेबलटेनिस चॅम्पीयन, बी. बी. सी. वर क्रिकेट कॉमेंट्री करणाऱ्यांपैकी माझ्या माहितीप्रमाणे एकमेव मराठी माणूस, खगोलशास्त्राचा अभ्यास,... सांगा, यातलं काय चोरू शकाल?

पण, इथं चोरण्याचा सवालच नाही. ' शिलंगणाचं सोनं ' लुटावं, त्याप्रमाणे हे धन वाटायला ते स्वतःच सिद्ध आहेत. मला कालसुंदरी भेटली नाही. पण काळाच्या पेल्यातल्या प्रत्येक क्षणातला जीवनरस, अथक परिश्रम करून, त्याचा स्वाद घेणारे जसे माझे वडील लाभले, त्याप्रमाणे वडिलांच्या नंतर ' सुरेशचंद्र नाडकर्णी. '

' वडिलांची ही कीर्ती ' - सुरेशचंद्र यांना

वपु

' सांगे वडिलांची कीर्ती तो एक मूर्ख ' असे समर्थांनी म्हटले आहे. आपल्या वडिलांविषयी बोलणाऱ्यांवर समर्थांचा एवढा का राग असावा हे मला कळत नव्हते.

पण हळूहळू लक्षात यायला लागले की, कीर्ती सांगण्याजोगे वडील एक तर क्वचित आढळतात आणि असलेच तर त्या वडिलांची कीर्ती सांगण्याची योग्यता प्राप्त करून घेणारा मुलगा, त्याहूनही क्वचित आढळतो.

त्यामुळे स्वत: काहीही न करता केवळ बापाची बढाई मारणारा किंवा बापाविषयी चार शब्द बरे बोलावेत अशा लायकीचा बाप नसूनही, केवळ आपल्या कथांतून आपल्या कल्पनेतल्या बापाला जन्म देणारा मुलगा हा समर्थांना मूर्ख वाटत होता.

अण्णा काळ्यांचा वसंता भाग्यवान आहे आणि वसंताचे अण्णादेखील भाग्यवान आहेत.

अण्णांनी ब्रश आणि लेखणी दोन्हीही उत्तम चालवली.

वसंताची जवळीक लेखणीशी अधिक.

नाटक आणि नाटकी लोक हे बाप-लेकांचे समान व्यसन.

आता तर तिसऱ्या पिढीनेही ' वडिले आचरिला धर्म ' पाळायला सुरुवात केली आहे.

अण्णांचा नातू बालवयातच उत्तम नट म्हणून नाव कमावून राहिला आहे. शिवाय त्याला चित्रकलेचाही हात आहे, आणि तिसऱ्या पिढीतल्या या सुहासने एक पाऊल पुढे टाकून, एखादेवेळी आपण उत्तम गायकही होऊ, अशी

आहेर

भीती काळे घराण्यात निर्माण केल्याचे ऐकतो.

अण्णा १ नोव्हेंबरपासून आठावर सहा शहाऐंशी वर्षांचे होताहेत.
आम्हाला त्यांच्या वयाचे पाढे आठावर सात सत्त्याऐंशी करीत धाव्वर पूज्य शंभराच्या पुढेही म्हणत राहायला हवे आहेत.
ते वसंताचे वडील आहेत, पण आम्हा सर्व नाटकवाल्यांना पितृतुल्य वाटणारे आमचे आप्त आहेत.

अण्णांनी रंगविलेले पडदे नाटकात प्रसन्नपणे आमच्यामागे उभे असतात, तसेच आम्हा अनेकांच्या मागे अण्णाही प्रसन्नपणे 'शाब्बास' म्हणायला उभे असतात. तशाच प्रसन्नपणाने.

ही प्रसन्नता त्यांच्या कलाकृतीत दिसते, त्यांच्या विनोदात दिसते, बोलण्या-वागण्यात दिसते.

आपल्या समाजात वडिलांकडून आधार मिळतो, धाक असतोच, मार्गदर्शन वगैरे मिळते - परंतु स्नेह क्वचित मिळतो.

सोळा वर्षांच्या मुलाशी मित्रत्वाच्या नात्याने वागावे हे सुभाषितापुरतेच राहते.

वसंताला त्याच्या अण्णांचा स्नेहही लाभला.

ते त्याचे रूमपार्टनर होऊ शकले.

आपल्या चिमुकल्या कुटुंबाला चारा-पाणी आणण्यासाठी, पुण्यातल्या टुमदार बंगल्यातून सतत मुंबईच्या फेऱ्या करणारा हा कुटुंबप्रमुख, घरातल्या सानथोरांचा मित्र आहे.

मर्यादा सांभाळून त्यांची लेक आणि सून, त्यांची थट्टा करू शकते.

आपले वडील रागावूदेखील शकतात याचे मुलांना आश्चर्य वाटावे, असे हे दुर्मिळ वडील.

बहुतेक कुटुंबातून बाप मोकळेपणाने बोलला, हसला तर मुलाबाळांना 'बाबा आज असं काय करताहेत' म्हणून धास्ती वाटायला लागते.

अण्णा काळे कलावंत आहेत, हे फक्त त्यांच्या कलाकृतींकडे पाहून कळते.

इतर वेळी कुठल्याही चार सभ्य मराठी माणसांसारखे ते दिसतात.

हल्ली चित्रकलेचे शिक्षण घेणारी मुले आणि मुली त्यांच्या चित्रांपेक्षा रंगीबेरंगी पोशाखांमुळेच अधिक डोळ्यात भरतात.

लेखनातली कलंदरी लेखकाच्या दाढीच्या लांबीरुंदीवरून किंवा वेषभूषेतील बेफिकिरीवरून ठरण्याच्या या काळात, अण्णा पोशाखावरून भलतेच जुनाट ठरावेत.

पण अण्णा ८६ व्या वर्षी ज्या उत्साहाने रंगवतात ते पाहिले, तर

विशीतल्या वृद्धांनाही आश्चर्य वाटेल.

नाटकाचे पडदे रंगवणे हे मानसिक परिश्रमापेक्षाही कितीतरी पट शारीरिक परिश्रमाचे काम आहे.

ऐंशीच्या घरात असताना अण्णांनी पुण्याच्या बालगंधर्व रंगमंदिरासाठी ' महाल ', ' जंगल ' वगैरे पडदे रंगवले आहेत.

पडदे रंगवण्याची त्यांची स्वत:ची शैली आहे.

कलेमध्ये सतत नवे नवे विचार येत असतात.

चित्रकलमध्ये तर कितीतरी तऱ्हा आढळतात.

प्रत्येक तऱ्हेला त्या त्या संदर्भातच महत्त्व आहे. अण्णांची शैली ही आनंदरावजी पेंटरांच्या परंपरेतील आहे.

रंगभूमीवर ज्याप्रमाणे नाटकाच्या विविध परंपरांना स्थान आहे, त्याचप्रमाणे नेपथ्याच्याही प्रकारांना आहे.

काळ्यांनी पडद्याला टाळी घेतली आहे. त्यांच्या रेखनाइतकाच त्यांच्या लेखनाचा मी चाहता आहे.

त्यांनी लिहिलेले ' ललितकलादर्श नाटक मंडळीचा इतिहास ' हे मराठी नाट्य-वाङ्मयातले महत्त्वाचे पुस्तक आहे. नेपथ्यावरील त्यांचा ग्रंथ मोलाचा आहे. काळ्यांचा हात हळुवारपणे कॅनव्हासवर फिरतो, लेखणी घेऊन कागदावर फिरतो आणि तितक्याच हळुवारपणे स्नेह्यांच्या पाठीवरूनही फिरतो.

वसंताने ज्या भावनेने आजच्या या वाढदिवसानिमित्त हे चिमुकले पुस्तक प्रसिद्ध केले, त्याच भावनेने या शुभदिनी मी हा माझा चार शब्दांचा आहेर या ज्येष्ठ कलावंत स्नेह्याच्या चरणी अर्पण करतो.

पु. ल. देशपांडे

हातातल्या सिगारेटचा मनसोक्त झुरका घेत 'वसुधा'चे संपादक वसंतकुमार सराफ म्हणाले,
" वसंतराव, तुमच्या अण्णांचा परिचयलेख तुम्ही लिहायचा आहे, या महिन्याच्या अंकात तशी अनाउन्समेंट टाकतो. "
" अण्णांचा परिचय? - मी लिहायचा? - मला हे काहीतरीच वाटतं. "
" का? "
" त्यांच्याबद्दल लिहिताना, मी ज्या काही निश्चित भावनेनं लिहिणार, त्याची तीव्रता माझ्याचपुरती मर्यादित असणार. तेव्हा, ज्या भावना केवळ माझ्यापुरत्या मर्यादित आहेत, त्या मी लोकांना विशद करून सांगण्यात काय अर्थ आहे? "
" मला तुमच्या वडिलांबद्दलचा तुमचा दृष्टिकोनच हवा आहे. अगदी जवळच्या व्यक्तीनं केलेला परिचय - त्याचं महत्त्व कुणीही जाणेल. "
सराफ निघून गेले. मी त्यावर काहीच लिहिलं नाही. सराफ जेव्हा जेव्हा येत राह्यले, तेव्हा तेव्हा परिचयलेखाबद्दल विचारीत राह्यले. मी मनाशी म्हणत राह्यलो, मला जे काही म्हणायचं आहे ते मी कोणत्या शब्दात म्हणू?... लेख तर उद्या तयार ठेवतो असा मी शब्द दिलाय आणि आत्ता तर काहीच सुचत नाही. सराफ संध्याकाळी आले होते तेव्हा मी त्यांना उगीचच शब्द दिला असं आता वाटतंय... मनाचा निग्रह करून मी आत्ता लिहायला बसलोय. जेवण ठीक झालेलं आहे. दोनच खोल्यांच्या या घरात शांतता आहे. बाहेर चाळही शांत आहे. लिहायला बसलोच, म्हणजे जर सुरुवात केली तर तंद्री मोडली जाण्याची शक्यता नाही. नऊ बाय चौदाच्या या खोलीत, उजव्या हाताच्या कोपऱ्यात पलंग आहे. ज्यांचं शब्दचित्र लिहायचं आहे ते माझे अण्णा पलंगावरच वाचन करीत बसले आहेत.
म्हणजे लेखनविषय समोरच आहे.

रूम-पार्टनर अण्णा

लिहिण्याची उर्मी आहे.
मूड आहे.
- सगळं आहे, मग नाही काय? - सराफांचे शब्द मला अजून आठवत आहेत.
'...अगदी जवळच्या व्यक्तीनं करून दिलेला परिचय...'
जवळच्या व्यक्तीनं..
आणि एकदम, मी लिहू का शकत नाही याचं कारण सापडतं.

अण्णांचा सर्वांत जवळचा नातेवाईक, म्हणून सराफांनी हे काम माझ्यावर टाकलं आणि मला मात्र या क्षणी नव्यानं उलगडा झाला आहे की - अण्णा माझ्या एवढ्या जवळ कधीच आले नाहीत. एका दूरवरच्या व्यक्तीला मी फार जवळची समजत होतो.
पण तसं नव्हतं.
त्यामुळे ठिकठिकाणी अडत होतो. काय लिहावं या संभ्रमात पडत होतो. पण आता गणित सुटल्यासारखं वाटत आहे - आणि सुटलेलं आहेही.
स्वतंत्र कथा लिहिताना मामला जरा निराळा असतो. तिथं सत्याचा थोडा आधार असतो. बाकीची इमारत लेखकाच्या स्वत:च्या मनाप्रमाणे असते. त्यात हव्या त्या घटना मानस-पुत्राच्या माथी मारता येतात.
सत्ययुगात ते स्वातंत्र्य घेता येत नाही. व्यक्ती समोर असते. तिच्या आयुष्यातले काही प्रसंग समोरच घडलेले असतात, तर काही ऐकून माहीत असतात. या प्रसंगांची केवळ गुंफणच करावी लागते.
- मीठमसाला वापरावा लागतो. शब्दांची कसरत करावी लागते.
मग टीकाकार कथेला ' तंत्र आहे ' असं म्हणतात.
आता हेच करायचं.
एवीतेवी अण्णा आपल्याला परकेच आहेत. आता काही कठीण नाही. जे आठवेल ते लिहायचं. तंत्र वगैरे नंतर पाहू.
- १ नोव्हेंबर १८८८ रोजी, वाईजवळील गावात - मेणवलीत - अण्णांचा जन्म झाला, अशी सुरुवात करण्याचं कारण नाही.
- ती झाली चरित्रलेखनाची पद्धत.
आापण आपली ती गोष्ट सांगावी.
लाँड्रीच्या दुकानातली.

एकदा एक गृहस्थ लाँड्रीत गेला.

“ माझे कपडे तयार आहेत का? ”
“ नाहीत साहेब... ” लाँड्रीवाला नम्रपणे म्हणाला.
“ कमीत कमी कोट? ”
“ नाही. ”
“ बरं शर्ट? ”
“ नाही साहेब. ”
“ धोतर? ”
“ नाही... ”
खिन्न होऊन तो गृहस्थ परत जाणार, तोच त्या गृहस्थाचं लक्ष समोरच्या टेबलाकडे गेलं. त्याला धक्का बसला. टेबलावर अंथरलेलं धोतर त्याच माणसाचं होतं. आणखी बारकाईनं पाह्यल्यावर त्या गृहस्थाच्या लक्षात आलं, की लाँड्रीवाल्याच्या अंगातला शर्ट पण आपलाच आहे. मग मात्र मागचा पुढचा विचार न करता त्या गृहस्थानं लाँड्रीवाल्याच्या तोंडात ठेवून दिली.

ही लघुत्तम कथा मला शंकर कृष्ण देवभक्त यांच्याकडून त्यांच्या स्वत:च्या अशा खास कथनशैलीतून समजली आणि हेही समजलं, की या कथेचे नायक आहेत आमचे अण्णा. अर्थात, पुरुषोत्तम श्रीपत काळे, जे राग आल्यावर हातही उगारू शकतात.
डॉ. देवभक्तांकडून मला जर ही हकीकत समजली नसती, तर ‘अण्णा मारतात’ यावर मी विश्वास ठेवला नसता. लहानपणी मी त्यांच्या हातचा मार खाल्लेला नाही. आमचा हट्ट अगर चुका त्यांना सहन झाल्या नाहीत, की ते आमच्या ताईला सांगायचे -
“ दे गं, दे गं, त्याला एक चांगली ठेवून. ”
त्या वेळी ताईला त्यांच्या सांगण्याप्रमाणे आम्हाला ठेवून द्यायला सवड नसली, तर अगदी भीत-भीत, डाव्या हातानं, उघड्या मांडीवर ते एक चापट मारायचे; पण मारण्यापूर्वी द्विधा झालेलं त्यांचं मनही समजत असे.
पण हो-
एकदा त्यांनी सिंधुताईला मात्र मारलं होतं आणि तेही अगदी बाहेरून आल्याबरोबर. पण ते मारणं काही गृहीत धरता यायचं नाही. त्या मारण्यामागे चक्क गैरसमज होता.
तशी ती मोठी गंमतच झाली.
स्वयंपाकघरातल्या मोरीत गोम निघाली. सिंधुताईनं प्रसंगावधान राखून, चपळाईनं

चप्पल आणली, गोम मारली.
अण्णा बाहेरून येताच, स्वत:चं ‘ कौतिक ’ ती त्यांना स्वत:च सांगायला गेली.
“ अण्णा, अण्णा, आज मी गोम मारली. ”
- आणि तिचं वाक्य पुरं होताच, अण्णांनी तिला सणसणीत चपराक ठेवून दिली.
ताई सात्त्विक संतापानं पुढं येत म्हणाली,
“ हे हो काय? - पोरगी बिचारी गोम मारली म्हणून सांगत आली आणि तुम्ही तिला कारण नसताना मारलं का? ”
- त्यावर मोठ्यांदा हसत अण्णा म्हणाले,
“ अरे, असं झालं का? ब ऽ ऽ ऽ रं तर. मला ऐकू आलं, ‘ मी बोम मारली ’ म्हणून. ”

बेचाळीस साली राजकमल कलामंदिराची स्थापना झाली.
अण्णा मुंबईला आले. त्यांना राजकमलमध्ये नोकरी मिळाली. मी तेव्हा दहा वर्षांचा होतो. भावे स्कूलमध्ये इंग्रजी पहिलीत शिकत होतो. अण्णा महिना - दोन महिन्यांनी एखाद्या दिवसाची रजा घेऊन किंवा शनिवार - रविवार पुण्याला यायचे. त्यांची बहुतेक संध्याकाळची गाडी असायची. उतरायचं ते भांबुर्ड्याला - म्हणजेच शिवाजी- नगरला. स्टेशनपासून ते चालत घरी यायचे. वाहन करायला परवडत नव्हतं. ऐपतच नव्हती. त्यामुळे गाडी जरी वेळेवर आली, तरी चालत चालत घरी पोहोचायला रात्रीचे १०-१०॥ वाजायचे. - दिवसभर कंपनीत पडदे रंगवण्याचं काम उभ्यानेच, गाडीतला प्रवासदेखील उभ्यानेच आणि त्यानंतर हातात जड पिशव्या घेऊन, स्टेशन ते घर हे सुमारे मैल ते दीड मैलाचं अंतर पायी - आज अनेकवेळा याच रस्त्यावरून मी भुर्रकन रिक्षा करून, जेव्हा पाच मिनिटांत घरी पोहोचतो, तेव्हा बेचाळीस साली याच रस्त्यावरून अण्णा पायी जात होते हे आठवतं. डोळ्यात पाणी येतं. रिक्षाची लाज वाटते.

अण्णा घरी येईपर्यंत माझं आणि सिंधुताईचं जेवण झालेलं असायचं. वडील येई-पर्यंत आपण थांबावं, वगैरे संकेत तेव्हा जवळ नव्हतेच. अशा तऱ्हेच्या जाणिवा - भावना यांचा उगम त्या काळात झालाच नव्हता.
फाटकाच्या कडीचा परिचित आवाज कानांवर यायचा. आम्ही बहीण-भाऊ एकमेकांकडे पाहत म्हणायचो,
“ अण्णा ! ”
पाठोपाठ मी किंवा सिंधुताई ‘ अण्णा - ’ म्हणून ओरडायचो. तत्परतेनं तेही

' ओ ' म्हणून साद द्यायचे.

आज हे सर्व लिहिताना, तो माजघरातला अंधार, देवघरातला उजेड, स्वयंपाकघरातल्या उजेडाची दरवाजातून येणारी तिरीप, दोन प्रकाशझोतांतून निर्माण होणारे गमतीदार त्रिकोण आणि अण्णांची श्रमानं दमलेली, पण तितकीच उत्सुक ' ओ '- सारं, सारं, स्पष्ट आठवतंय.

'' - हे एवढं अंतर तुडवीत आलो ते तुमच्याचसाठी. आज हा प्रवास संपणारच नाही असं वाटत होतं. 'अण्णा' म्हणून तुमची हाक आली मुलांनो, प्रवास नक्की संपला. महिन्यानं दिसणार तुम्ही मला...''

इतकं सगळं त्या एका ' ओ ' मध्ये असायचं.

मग आधीबिधी दरवाजा उघडण्यासाठी होणारी आमची दोघांची धावपळ. बहुतेक सिंधुताईच जिंकायची. वरच्या कडीला माझा हात नीट पोहोचत नसायचा. त्यानंतर त्यांच्या हातातली उचलता न येणारी पिशवी उचलण्याचा प्रयत्न.

हे सगळं आत्ता लिहिताना आठवतंय. वाटतं, ते क्षण कुठे गेले? - कुठं आहेत ते दिवस? - आत्ता आत्तापर्यंत ना मी त्यांच्याजवळ होतो?

'' स्टेशनपासून ही जड पिशवी हातात घेऊन आलात ना? टांगा तरी करायचा. ''

- ताई म्हणायची. परवडणारं नव्हतं हे तिलाही माहीत असायचं. डोक्यावरची टोपी डाव्या हातानं काढीत, उजव्या हाताची तर्जनी कपाळावरून फिरवून घाम निपटीत ते म्हणायचे,

'' पिशवी फार जड नव्हती. आलो फिरत फिरत. ''

मग आम्हा बहीण-भावंडांचे नमस्कार व्हायचे, वाकून.

तेव्हा काहीच कळत नव्हतं. वाटायचं, ताईनं पण वाकून नमस्कार का करू नये?

- मग अण्णा हातपाय धुण्यासाठी व्हरांड्यातून मोरीत जात; पण जाताना फक्त मोरीतला दिवा लावीत. काही दिवसांपूर्वी त्यांना विंचू चावला. विंचू चावल्यानंतर काय काय धावपळ झाली ते आता आठवत नाही. आठवतंय ते एवढंच, की त्यांच्याशेजारी मी रात्री झोपलो तेव्हा ताई म्हणाली,

'' लोळू नकोस हं, त्यांच्या पायाला धक्का लावशील. ''

तेव्हापासून अण्णांनी फक्त मोरीतला दिवा लावला, की मी अगर सिंधुताई धावत जाऊन व्हरांड्यातला दुसरा दिवा लावीत असू.

- मग ते जेवायला बसत. त्यांच्या गैरहजेरीत आम्ही बहीण-भावांनी जर बऱ्यापैकी गोष्टी केल्या असतील, तर शाबासकीच्या अपेक्षेनं आम्ही तिथंच घुटमळत राहू.

नाहीतर, न बोलता भलताच प्रामाणिकपणा दाखवीत हॉलमध्ये परवचा म्हणत राहू. महिन्यातल्या हकीकती ताई सांगत बसायची.
" वसंतची फी वाढणार असं समजतं. "
" हूं. "
" मागच्या बाथरूममधला नळच चोरीला गेलाय. "
" हूं. "
- हूं हूं करीत अण्णा जेवायचे.

त्यानंतर ते मुंबईला निघण्यापूर्वी पुन्हा वाकून नमस्कार आणि पुन्हा आता ते कधी येणार याची प्रतिक्षा.
बस्...
त्या काळातलं अण्णांचं आणि माझं एवढंच नातं.
सहवासही तेवढाच.
त्या एकदोन दिवसांच्या मुक्कामात पण अण्णा चोवीस तास जवळ नसायचे. गावातले सगळे नातेवाईक, परिचित यांना भेटण्याचा एक सोहळा असायचा. त्यात एक दिवसाचा खुर्दा. नातेवाईक म्हणजे एक सख्खी बहीण, परिचित म्हणजे य. गो. जोशी.
हा सगळा प्रवास पायीच व्हायचा, वाहन कोणतंच नाही. सायकलसुद्धा नाही. बाकी अण्णा सायकलवरून जरी गेले तरी वेळ तेवढाच लागायचा; कारण त्यांची सायकल चालवणं म्हणजे चालण्यापेक्षा ' किंचित बरं -' एवढाच फरक. मावशी अण्णांच्या सायकल चालवण्याची नक्कल करीत म्हणायची,
" एक पायडल मारून, आता दुसरं पायडल मारलं नाही तर आपण पडू असं वाटेल, तेव्हा अण्णा दुसरं पायडल मारतात. "
तात्पर्य एवढंच की - त्या काळात, त्या वयात हा एवढाच सहवास जडलेला. मी त्यांच्यापासून खूप अंतरावर होतो -
केवळ एकशे वीस मैलांवर नव्हतो -
बाकी हेही खरंच की, वडिलांचा सहवास मिळत नाही याचं दुःख त्या वयाला नव्हतंही.
त्या वेळचं वय म्हणजे रंगपंचमीचं वय.
रंगाचं आकर्षण, आवाजाचं आकर्षण, आकाराचं आश्चर्य -
हे का, ते असं का, याच्यामुळे काय, असल्या प्रश्नचिन्हांचं - कुतूहलाचं विश्व. नित्य नवे नाद, नवे छंद, नवे मित्र, नवे व्याप या सगळ्या धावपळीत, धामधुमीत,

आई-वडिलांच्या सहवासाचा आनंद ही उपभोगण्याची चीज आहे, याचाच पत्ता लागला नव्हता. आता एवढ्या उशिरानं लागलेला आहे; पण आता, पूर्वी ज्या काही योगायोगानं अण्णा जवळ येऊन गेले, त्या भूतकाळाच्या आठवणींची फुलपाखरं पकडण्याचं हातात राह्यलं आहे-

१९४६ साली मुंबईला जागा मिळाली. १।१८, जिवा देवसी बिल्डिंग, रानडे रोड, दादर. मंगळवारच्या केसरीत जाहिरात वाचायला मिळाली. मुंबईत त्या पत्त्यावर राहणाऱ्या चौगुल्यांना त्या जागेच्या बदली पुण्यात जागा हवी होती. अण्णा तेव्हा पुण्यात होते. दुपारचे माजघरात बसले होते. म्हणत होते,

" जाहिरात मंगळवारच्या केसरीत आहे, कितपत विचार करावा? "

- अण्णांचा घातवार मंगळवार. त्या दिवशी ते नवीन ओळखी पण टाळतात. मंगळवारी गावाला जाण्याची वेळ आली तर सोमवारीच ' प्रस्थान ' ठेवतात.

' प्रस्थान ' ठेवायचं म्हणजे नेमकं काय?

तर, आमच्याच बंगल्यात, आमच्या नात्यातल्या अक्का गोखले, त्यांचं बिऱ्हाड होतं. अण्णा सोमवारी रात्री सामानाची पिशवी त्यांच्या घरात नेऊन ठेवायचे.

पण तो मंगळवार, खऱ्या अर्थानं ' मंगल ' ठरला. थोड्या खटपटीनं मुंबईला जागा मिळाली.

तो पहिला प्रवेश, ते प्रथमदर्शन मला अजून आठवतंय. वेळ संध्याकाळची.

मी, ताई आणि अण्णांनी, एका अंधाऱ्या बोळकंडीवजा पॅसेजमधून प्रवेश केला. तळमजल्यावरची सार्वजनिक मोरी प्रथम दाखवीत ते म्हणाले,

" इथं सगळ्यांची भांडी घासायला येतात. "

- स्वच्छतेची अति आवड असलेल्या ताईनं तोंड वेडवाकडं केलं.

ती एवढीशी, बिनसोयीची जागा पाहून ताईचं धाबं दणाणलं. मालकीच्या, स्वतंत्र बंगल्यातून या एका खोलीत यायचं. सतराशे चौरस फूट जागेतला संसार दोनशे चौरस फुटात बसवायचा.

कसं जमणार? कसं होणार?

काही का असेना, मी अण्णांच्यावर खूष होतो. त्यांनी जागा मिळवली.

' अण्णा ' या अपरिचित व्यक्तीच्या जवळ आलो. नऊ गुणिले चौदा क्षेत्रफळाच्या एका खोलीत सहवासाला काय हो तोटा?

तीच ड्रॉईंग रूम, तीच बेडरूम आणि तीच डायनिंग रूम. सहवासच सहवास. पण गंमत अशी की, आता सहवास लाभतो आहे याची जाणीव झोपलेलीच होती. रंगपंचमीचा काळ संपलेला नव्हता.

अण्णा सकाळी आठ वाजता घर सोडत होते, संध्याकाळी सात वाजता परतत होते. क्वचित दिवशी ओव्हरटाईम करत होते. थकत होते, पण थकत असल्याचं दाखवत नव्हते.

विचारांचं थैमान डोक्यात चालत असे; पण चेहऱ्यावर काळजी दिसत नसे.

कपाळावर आठ्या पडू शकतात याची अण्णांना जाणीव नाही. याचा अर्थ, अण्णा कधीच रागवत नाहीत असा नाही; पण माझ्या मते, माणूस किती वेळा रागावतो हे पाहण्यापेक्षा, तो आलेला राग किती वेळ ठेवतो, हे पाहणं जास्त अगत्याचं ठरावं. अण्णा रागावतात कमी वेळा आणि रागावल्याचं विसरतात पण कमी वेळात - गॅलव्हॅनोमीटरमधील सुई जितकी पटकन आपल्या जागेवर परत येते, तितक्या कमी अवधीत अण्णा नेहमीच्या समतोल वृत्तीला येतात.

कै. तात्यासाहेब केळकर म्हणजे ' तडजोड ' असं कुणी म्हणालं होतं. अण्णांच्या बाबतीत मी म्हणेन, ' अण्णा म्हणजे समतोलता. '

अण्णा ही व्यक्ती अबोल आहे; पण घुमी नाही. त्यांच्या माफक बोलण्यात, खोच - मार्मिकता यांचं मजेदार मिश्रण आहे. हा मिलाफ एवढा लज्जतदार आहे, की त्यांच्याशी बोलताना आपली जरी जिरलेली असली, तरी वाटतं, ' या जिरण्यातसुद्धा मोठी मजा आहे. '

अगदी अलीकडची हकीकत.

अगदी अलीकडची, म्हणजे गेल्या जानेवारीतली.

प्रजासत्ताक दिनानिमित्त, दिल्लीला महाराष्ट्र राज्याची भेट म्हणून एक रथ पाठवायचं ठरलं. त्या कामानिमित्त माननीय यशवंतराव चव्हाणांची भेट ठरली होती. चव्हाणांकडे जाण्याची वेळ येताच अण्णांनी पेंटिंगचं काम थांबवलं. अंगावरचे नेहमीचेच कपडे त्यांनी जरा झटकल्यासारखे केले. धोतरावर नेहमीप्रमाणे रंगाचे डाग होतेच. त्यांचा तो स्थायीभावच.

ताईनं नवं धोतर काढून दिलं, की संध्याकाळपर्यंत त्या नव्या धोतरावर रंगाचा एखादा तरी ठिपका पडलेला असायचाच. ' ॲप्रन ' वगैरेसारखे प्रकार वापरणं त्यांना कधी जमलं नाही.

कपड्यांच्या बाबतीत ते मुळीच जागरूक नाहीत. गबाळेपणाचा आरोप त्यांच्यावर व्हावा, एवढे त्या बाबतीत ते बेफिकीर आहेत.

राजकमलचे आर्ट डायरेक्टर या किताबतीला ते पोशाखी दृष्टिकोनातून मुळीच शोभत नाहीत. पिताजी आर्ट डायरेक्टर म्हणून आमची कॉलर उगीचच ताठ - त्याप्रमाणे, अण्णा तसेच जायला निघालेले पाहताच वसुंधरेला ते सहन झालं नाही. तिनं त्यांना तत्परतेनं लाँड्रीतला शर्ट दिला. धोतर बदलायला लावलं आणि वुलनचा नवा कोट आवर्जून घालायला लावला. थोडीशी नापसंती दर्शवीत अण्णांनी

सुनेचा तो हट्ट मानला आणि तो पेहराव केला.
मुलाखतीहून परतल्यावर सौ. नं उत्सुकतेनं विचारलं,
" काय काय म्हणाले चव्हाण? "
अण्णा पटकन म्हणाले,
" कोटाचं कापड कसं वार घेतलंत विचारीत होते. "

स्टेनलेस स्टीलच्या भांड्यांचा जमाना जेव्हा प्रथम सुरू झाला होता तेव्हाची गोष्ट. अगदी पूर्वीची. प्रथम भाव फार चढलेले होते. ते जेव्हा उतरले तेव्हा ताईनं विचारलं,
" आपण स्टीलचं ताट घेऊ या का? - भाव उतरलेत. "
अण्णा म्हणतात,
" अगं, स्टीलचं काय - थोडा सोन्याचा भाव उतरू दे. आपण एकदम सोन्याची ताटं घेऊ. "
मनापासून विचारलेल्या एखाद्या प्रश्नाला हे असं उत्तर आमच्या ताईला खपत नाही. त्याच मिस्किलपणानं अण्णा पुढे म्हणतात,
" माझ्यापेक्षा हा प्रश्न दाजीला विचार. कारण भांडी त्याला रोज घासायची असतात. त्याची हरकत नसली की झालं. "

याच पद्धतीनं बाहेरही गप्पागोष्टी, विनोद चालू असतात. व्ही. शांतारामचे सेक्रेटरी ईश्वर अण्णांकडे आले. कंपनीच्या नोकरीबाबत त्यांना अण्णांकडून बाँड लिहून हवा होता. अण्णांनी त्यांना हसत हसत सांगितलं,
" तुम्ही अगोदर परमेश्वराकडे जा आणि काळ्यांकडून किती वर्षांचा बाँड लिहून घ्यायला हरकत नाही ते विचारा. तुम्ही ईश्वरच आहात; पण या बाबतीत परमेश्वराचा सल्ला घेतलेला बरा. "
- अण्णांच्या या असल्या उत्तरावर त्या ईश्वराचं काही चाललं नाही.
नाहीतरी साठीच्या जवळ पोहोचलेल्या गृहस्थाकडून करारपत्राची आवश्यकता होती काय?

मुंबईत ऐन दंग्याचे दिवस होते. त्यातून लालबाग-परळसारखा विभाग. कंपनीतल्या नोकरांना कमीतकमी करीरोड अथवा लोअर परळ स्टेशनपर्यंत मोटारीतून सोडण्याची व्यवस्था करणं कंपनीला तेवढं अशक्य नव्हतं. काही खास मंडळींसाठी मोटार अंधेरीपर्यंत जायची; पण -

आपलं माणूस सुखरूप परत कधी येईल, याची सतत काळजी करण्यापलीकडे हातात काही नव्हतं.
अण्णा सकाळी आठ वाजता कामावर जाताना डबा नेत. चपट्या बाटलीत दूध नेत. गुंडांचा प्रतिकार, एक हात पाठीवर आणि एक हात पोटावर ठेवून करावा, असला फडतूस उपदेश तेव्हा मंत्रीमहाशय देसाईंनी केला होता. त्यांचा उल्लेख करून अण्णा म्हणायचे,
“ तसे हात ठेवायची मला गरजच नाही. दुधाची बाटली कोटाच्या आतल्या खिशात असते. एखाद्या गुंडाने जर सुरा मारलाच, तर रक्ताऐवजी दूध येईल. तो गुंड मग म्हणेल, की हा खरा ब्राह्मण आहे. ”
- यासारखे विनोद करून ते कामावर जायचे.

अण्णा मोजकं बोलतात. बोलल्यावर बहार उडवून देतात.
मला मुलगा झाला, तेव्हाची गोष्ट.
पहिल्या वीसएक दिवसांनंतर सुहासचा गोरेपणा काही कमी झाल्यावर मी ताईला विचारलं,
“ सुहास सुरुवातीला गोरा वाटत होता, आता जरा काळा वाटतो. ”
ताई म्हणाली,
“ अंगात रक्त भरलं म्हणजे जरा काळेपणा वाढतो. ”
अण्णा लगेच म्हणाले,
“ मग माझ्या अंगात भलतंच जास्त रक्त भरलेलं असलं पाह्मजे. ”
- स्वत:च्या व्यंगावर एखाद्यानं स्वत:च विनोद केला, तर तो विनोदाचा उत्कृष्ट प्रकार मानतात. धुण्याच्या बादलीत वसुंधरेला टिनोपॉल टाकताना त्यांनी पाह्मलं आणि लगेच ते म्हणाले,
“ माझ्या आंघोळीच्या बादलीत पण रोज थोडं थोडं टिनोपॉल टाकीत जा. ”

आठवत असलेल्या विनोदांतले काही सांगितले. असे कैक, याहूनही मार्मिक, प्रासंगिक विनोद - आज स्मरणाच्या चाळणीतून निसटले आहेत.

अण्णा अजून तरुण आहेत.
परवाच त्यांचा सत्कार झाला. ललितकलादर्शने तो समारंभ घडवला. अध्यक्ष म्हणून व्ही. शांतारामना बोलावलं.
व्ही. शांताराम म्हणाले,

“ काळे अजून तरुण आहेत. या वयात तीस तीस फूट उंच शिडीवर चढून ते बॅक-ग्राउंड्स रंगवत असतात आणि मी मात्र त्यांनी रंगवलेल्या बॅक-ग्राउंड्स खाली उभा राहून पाहत असतो. ”

अण्णांची ती धावपळ मी पाह्यलेली आहे. साठ बाय एकशेदहाच्या प्रचंड स्टुडिओत, एका कोपऱ्यात शिडीवर चढून काम करणारी अण्णांची मूर्ती, स्टुडिओत प्रवेश करताच काही काळ दिसतच नाही. दिसतात ते फक्त त्यांनी रंगवलेले अवाढव्य पडदे, मनोहर सृष्टिदेखावे.

परिचित व्यक्ती दिसताच ते कंटाळा न करता खाली उतरतील. चार शब्द बोलतील आणि पुन्हा शिडीवर चढून आपल्या रंगविश्वात दंग होतील.

कामाचा हा झपाटा घरीदेखील चालू असतो. घरी तर अण्णांना खूप कामं असतात. फावल्या वेळात अल्बम्स करण्याची कामं तर विचारूच नका. त्यांनी त्यांचं अल्बम्सचं कपाट एकदा उघडलं की समजावं, अण्णा आता नक्की हरवले.

नऊ बाय चौदाच्या खोलीत, तीन फूट जागा पलंगानं अडवली आहे. दुसऱ्या भिंतीला लागून दीड फूट रुंदीची अण्णांचीच अल्बम्सची कपाटं आहेत. मध्ये उरते ती केवळ पाच फूट जागा.

तिथं अण्णा कपाटं उघडून बसतात. ते नसेल तर पेंटिंगचं काम चालू असतं. त्यातच ‘ आला-गेला, ’ ‘ पै - पाहुणा. ’

इकडून तिकडे हालचाल करायलाही जागा नसते. तरीसुद्धा अण्णांचं काम धीमेपणाने चालू असतं.

कधीकधी त्यांचा मला राग येतो. तो त्यांचा पसारा मी कधी आवरून टाकीन असं मला होतं. शनिवारी रात्री वाटतं, उद्या रविवार. अण्णा कपाटं उघडून बसणार.

आज वाटत आहे, जागा अपुरी आहे या कारणासाठी जर अण्णा थांबले असते, तर ते काहीच निर्माण करू शकले नसते.

जागेची अडचण ही फक्त मुंबईला आल्यानंतरची. आजपर्यंतच्या जीवनात तर अनेक अडचणी आल्या. आर्थिक अडचण नेहमीची, तिला अग्रहक्क द्यायला हवा. मानभंगाचे प्रसंग तर अगदी जवळच्या नातेवाईकांनी आणले. अण्णांना चित्रकारच न मानणारेसुद्धा त्या नातेवाईकांत होते.

या सर्वांना अण्णांनी उत्तर दिलं ते श्रमानं - बंगल्याला त्यांनी नाव दिलं ते ‘ श्रमसाफल्य. ’ अण्णांवर निरपेक्ष प्रेम करणारे बाळमामा वसिष्ठ म्हणायचे,
“ अण्णा, तुमच्या श्रमाचं चीज होत नाही कधी, तुम्ही बंगल्याचं नाव बदला. ”

अण्णा नुसते हसायचे. साहित्यिकांनी, नाटककारांनी बंगल्याच्या या नावाचा टर उडविण्यासाठी उपयोग केला; आणि हेच नाटककार नंतर स्वत:च्या बंगल्याला नाव देऊन पुण्यात स्थायिक झाले. तेही कधी अण्णांनी मनावर घेतलं नाही.

ते फक्त श्रम करीत राह्यले, साफल्याची पर्वा न करता.
अण्णांच्या धमन्यांतून खरं तर रक्त वाहतच नाही. श्रम वाहतात.
- हे श्रम दुपारच्या कडक उन्हाला भीक घालत नाहीत, पंचपक्वान्नांचं जेवण अंगावर चढू देत नाहीत, रात्रभर जागरण झालं तरी पापणी मिटू देत नाहीत आणि एखाद्या साध्या कामाला, ‘ आत्ताच कशाला? ’ असला फालतू प्रश्न विचारू देत नाहीत - सतत श्रम, सतत काम हे अण्णांचं वैभव आहे आणि श्रीमंतीचा मोह कुणाला सुटलाय?
सतत परिश्रम आणि आनंदी वृत्ती याचं प्रतीक माझ्या घरात आहे.
अण्णा खरोखरच अजून तरुण आहेत. अजून ते आइस्क्रीम आमच्यापेक्षा जास्त चवीने खातात. नाटक-सिनेमाला जायला निघालो, तर आमच्यापेक्षाही जास्त उल्हास आणि तत्परता त्यांची असते. ट्रिपला आले तर आपल्या बरोबरीचा एक सोबती आहे, असं वाटण्याइतपत ते मोकळे आहेत. त्यामुळे अण्णांशिवाय ट्रिप म्हणजे तबल्याशिवाय मैफल वाटते. लग्नकार्यात, मांडवामधून अण्णा आमच्यापेक्षा जास्त चापल्यानं वावरतात. अगदी स्वत: रचलेली मंगलाष्टकं स्वत: म्हणण्यापासून ते चांगले अँगल्स शोधून वधुवरांचे फोटो काढण्यापर्यंत -
- असे हे अण्णा.

एक व्यक्ती १९४६ सालापासून माझ्या सहवासात असलेली, मात्र सहवास या शब्दाबद्दल अजून मतभेद आहे.
अद्यापि ते आठ वाजता घर सोडतात. सहा वाजतात तेव्हा कंपनी सोडतात. एखादं नाटकाचं काम आलं, तर रात्री बारा वाजता परत येतात. म्हणजे दिवसातले चार-पाच तासच ते जवळ असतात; म्हणजे एका खोलीत असतात.
खरं तर ते माझे रूम-पार्टनर आहेत. रूम-पार्टनर आपण जवळचा मानतो. पण एका ठराविक अंतरापेक्षा आपण त्याच्या जास्त जवळ जाऊ शकत नाही.
अण्णांच्या बाबतीत पण असंच होतं.
कधीतरी ते गॅलरीत उभे असतात. विचारात आहेत याचा अंदाज येतो. जवळ जाऊन मी विचारतो,
“ अण्णा, कसला विचार करताय? ”
“ छे, कसलाच नाही. ”
- त्यांच्या या उत्तरावर मी आहे तिथेच थांबतो.
अण्णांच्यामध्ये व माझ्यामध्ये एक न तुटणारं अंतर निर्माण झालं आहे, याची मला वेदना होते. कारण, अण्णा बोलणाऱ्या जातीतले नाहीत. त्यांच्या आयुष्यातले घाव

त्यांनी मूकपणानं सहन केले आहेत. त्यात भागीदार नाहीत. त्यांच्यावर आलेले प्रसंग मी इतरांकडून, त्यांच्या वैयक्तिक दृष्टिकोनातून ऐकले आहेत. त्या प्रसंगी खुद्द अण्णांच्या मनाला पडलेला पीळ मला माहीत नाही. त्यांच्या आयुष्यावर चढलेले विविध रंग कसे चढले - का चढले - याची कारणमीमांसा, इतिहास मला माहीत नाही. अण्णांनी अशी वृत्ती धारण का केली, आपत्ती सहन करूनही, हसरा चेहरा ठेवण्यासाठी काय साधना केली, हे सगळं, सगळं मला त्यांच्याकडून कळायला हवं आहे. अण्णांचा जीवनपट, त्यांची त्यावरून बनलेली जीवनदृष्टी, ध्येय, तत्त्वज्ञान - हे सगळं मला सांगावं.

पण ते बोलणारे नाहीत.

माझी ही भूक कायम, कायम अपुरी राहणार आहे.

आणि मला वाटतं, बहुतेक घरी असंच घडत असणार. कुणाला तरी विश्वासात घेऊन बोलावं या वयात जेव्हा बाप येतो, तेव्हा मुलगा काहीच न कळण्याच्या वयात असतो. आपली सुखदु:खे आपल्या मुलाजवळ बोलावीत असं जेव्हा बापाला वाटतं, तेव्हा मुलगा फार लहान असतो. स्वत:च्या चिमुकल्या जगात दंग असतो आणि मुलगा जेव्हा वयात येतो, बापाच्या जवळ जाण्याचा प्रयत्न करतो, तेव्हा बाप फार दूरवर - दूरवर गेलेला असतो.

‘ आता काय बोलायचं ’ - असं म्हणण्याइतका ‘ पल्याड ’ गेलेला असतो.

हे पाह्यलं की वाटतं, माणूस एकटा जन्मतो व एकटाच मरतो असंच काही नाही; तर जीवनभरही तो एकटाच असतो. बापाच्या रक्तामांसाचा मुलगा, पण पाहा, बापाच्या चिंता, व्यथा वेगळ्या - मुलाच्या वेगळ्या. आनंदाची स्थानं वेगवेगळी, सुखदु:खं निरनिराळी. बापाची परंपरा पोरगा पुढं चालवतोय, असं म्हणतात, तेव्हा नक्की काय होत असतं हेच कळत नाही. स्वत:ची सुखदु:खे, स्वत:चे विचार, स्वत:च्या व्यथा प्रत्येकजण स्वतंत्रपणे सांभाळतो. एकमेकांच्या जीवनपथातील पानं एकमेकांना दिसत नाहीत. या अनभिज्ञतेत सौख्य आहे की दु:ख, हेही कळत नाही. विचार करून येते ती फक्त बधीरता.

सबंध जीवन अण्णांनी न बोलता घालवलं आहे. आपल्या जीवनग्रंथातील पानं त्यांनी कुणालाच वाचू दिली नाहीत. हल्ली हल्ली ते बोलतात.

पण झोपेत.

होय, अण्णा हल्ली झोपेत बोलतात.

स्वप्नसृष्टीत तल्लीन होतात. भूतकाळात फेरफटका मारून येतात.

त्यांच्या रंगपंचमीच्या काळात जातात, ज्या काळात अजून ते पूर्वीचं हैद्राबाद आहे,

देऊस्कर आर्टिस्ट आहेत, केशवराव भोसले आहेत, बापुराव पेंढारकर आहेत, लोंढे आहेत. वैभवानं तळपणारी मराठी रंगभूमी आहे. या आठवणीत, या स्वप्नात ते बोलतात. स्वत:शी हसतात. फार काय, नाटकातली गाणीही म्हणतात.

- मला तेव्हा जाग येते.

मी त्यांच्याजवळ जातो. अजाणतेपणी, झोपेत त्यांनी उघडलेल्या त्यांच्या चरित्राची पानं वाचण्याचा मी प्रयत्न करतो. तो असफल ठरतो.

वाटतं, अण्णांची स्वप्नं मोठी व्हावीत. त्यांनी बोलावं, हसावं, गावं. मला त्यांचं दर्शन होईल; पण ते शक्य नसतं.

मग वाटून जातं, ज्या गृहस्थानं अविश्रांत कष्ट करून प्रत्यक्षात स्वप्नं साकार केली, त्या माणसाला स्वप्नात रंगलेलं पाहण्यात काय मतलब?

मी त्यांना मग जागं करतो. ते स्वप्न सांगतात -

'' लोंढे आणि मी बरोबर चाललो होतो. तेवढ्यात समोरून देऊस्कर आले. त्यांच्या बरोबर बालगंधर्व होते, तेही स्त्रीवेषात. ''

आम्ही हसतो.

तेवढ्यात अण्णा कुशीला वळतात. मी पाहू शकत नसलेला ग्रंथ, गळ्यापर्यंत ओढून घेतलेल्या पांघरूणात लपेटून, ते घोरायलाही लागतात.

मी आहे तिथेच थांबतो.

अण्णा एक रूम-पार्टनर.

मला पूर्णांशानं न समजणारी एक थोर व्यक्ती.

त्यांच्या जीवनात मी डोकावून पाहू शकत नाही. त्यांच्या भूतकाळातल्या आठवणीत वा मनस्तापात भागीदार होऊ शकत नाही. त्यांच्या - माझ्यामध्ये हे निर्माण झालेलं अंतर खऱ्याखुऱ्या अर्थानं कमी केव्हा होणार, ही जाळणारी ओली वेदना माझ्याजवळच.

मी पुन्हा गादीवर येऊन पडतो आणि मग दि. बा. मोकाशी यांच्या कथेतली वाक्यं आठवतात -

' परमेश्वराचं कर्तृत्व हे असं आहे. तो एकेकालाच गाठून मारतो. एकेकालाच जन्म देतो. माणसांनी एकजुटीनं त्याच्या विरुद्ध जाऊ नये, म्हणून ही त्याची युक्ती आहे. एक माणूस दुसऱ्यासाठी संपूर्ण दु:खी क्वचितच असतो...'

मग वाटतं,

गाडीत भेटणारा एखादा गृहस्थ, ऑफिसातला सहकारी आणि अण्णा यांच्यात काय फरक आहे?

ठराविक मर्यादेच्या आत मी कुणाजवळही जाऊ शकत नाही.

मग सर्वात जवळची व्यक्ती म्हणून, लेखाचं हे काम सराफांनी मलाच का सांगावं?
त्यांचा हा निव्वळ गैरसमज आहे.
उद्या ते लेख मागायला येतील तेव्हा सांगायला हवं,
" सराफसाहेब, I am sorry मला हे काम जमायचं नाही. "

ऑक्टोबर, १९६१

पत्र Express Delivery नं आलं आहे.

पत्र अण्णांचं आहे. कार्डाच्या मोठ्या भागावर जेमतेम तीन-साडेतीन ओळी आहेत. ' संध्याकाळी मुंबईला येतो आहे -' एवढाच अर्थ पोहोचेल अशा मजकुराचं पत्र आणि मागच्या बाजूला एक हत्ती, एक गाय आणि एक कुत्रा. ही तीन चित्रं. तशी ती तीनही चित्रं घाईघाईतच काढलेली; पण व्यवस्थित समजतील एवढी सुबक - ठसठशीत.

हत्तीचं वेड आमच्या सुहासला. गाय आणि कुत्रा या प्राण्यांचं वेड स्वातीला. एवढ्यासाठी हा आटापिटा आणि अगत्य.

मजकुर त्रोटक असला तरी बाबा-लोकांच्या या खाऊची व्यवस्था होणार आणि मजकुराचं कार्ड जरी भरलं तरीही सहा नया पैशात एवढे प्राणी प्रवास करणारच. आणि या वयात आम्हाला नुसतं पत्र लिहायचा कंटाळा. वास्तविक अण्णांचा वारसा चालवायचा हे आम्ही मनात आणलं, तर आम्हाला घनघोर असं काहीच करावं लागणार नाही. फक्त, तातडीनं पत्र लिहायचं एवढं ठरवलं असतं, तरी पुष्कळच काही साधलं असतं. पण तसं घडत नाही. अजून घडत नाही. दोन हात आणि नतमस्तक एवढी परमेश्वराची किमान भक्ती - अपेक्षा. पण तेवढंही जमत नाही. बाकीचं दूरच.

मी संध्याकाळी स्टेशनवर जातो. गाडीला तुफान गर्दी असते; कारण गाडी ही नेहमी गर्दीसाठीच असते. प्लॅटफॉर्मला मी अधीरतेनं दोन चकरा मारतो. पण अण्णा कुठे दिसत नाहीत. ते क्षण फार दाहक वाटतात मला. सार्वजनिक टेलिफोनच्या पेटीत पैसे टाकावेत आणि आपला आवाज पलीकडे ऐकू जाण्याच्या काळात जे वाटून जातं तसं काहीतरी. पलीकडच्याचा तोवर ' हॅलो-हॅलो ' चालू राहतो - तसंच एकूण.

'अभी तो मैं जवान हूँ !'

मग मध्येच एका डब्यातून धक्काबुक्की चुकवण्याचा प्रयत्न करीत अण्णा खाली उतरताना दिसतात.
मी धावतो. त्यांच्या हातातलं सामान घेतो. आम्ही न बोलता जिना चढायला लागतो. सत्तरी ओलांडलेल्या अण्णांनी, आजचा सबंध प्रवास उभ्यानंच केला आहे, हे सांगण्याची गरज नाही. सगळं जीवन असंच धक्काबुक्कीतून गेलंय. धावपळीचीच सवय. असा देहदंड हाच गौरव.
काही पावलं चालून झाल्यावर अण्णा हसतात. विचारतात,
" काय, सगळं ठीक? "
" हो. "
यांत्रिकपणानं तोंडून होकार तर जातो. पण मनात आश्चर्याची प्रश्नचिन्हं असतात. वाटतं, हा माणूस प्रसन्नपणे कसा काय असतो?
कोणत्याही परिस्थितीत अण्णांच्या या कायम टिकणाऱ्या प्रसन्नतेचं कोडं जरी मला उलगडलं, तरी मला पुष्कळ समजेल.
यशस्वी आयुष्याची गुरुकिल्ली काय? असा प्रश्न आज कदाचित त्यांना, मुलाखतीत कुणीतरी विचारील. त्यांच्या वयाला आज पंचाहत्तर वर्षं पूर्ण होत आहेत. असा प्रश्न विचारणाऱ्या व्यक्तीला अण्णा काहीच उत्तर देणार नाहीत हे मला माहीत आहे. मात्र, त्या प्रश्नाचं उत्तर माझ्याजवळ आहे.
मी विनाविलंब सांगेन - ' मनाची प्रसन्नता. '

वर्षा-दीड वर्षापूर्वीचीच गोष्ट
अण्णा एकाएकी आजारी पडले. एकाच दिवसाच्या कामासाठी मी पुण्याला गेलो होतो. शनिवारी गेलो - रविवारी परतलो. बाहेरगावचा मुक्काम एक-दोन महिन्यांचा असो वा दिवसांचा असो, आपल्या अनुपस्थितीत आपल्या घरी काय काय घडलं असेल, अशी नेहमीच उत्सुकता असायची. कुर्ला स्टेशन लागलं म्हणजे गाडीच्या दरवाजात येऊन उभं राह्यची मला सवय आहे. तेव्हाही मनात विचार आला, एका दिवसाच्या गैरहजेरीत अशा काय घटना घडणार आहेत?
पण दादर स्टेशनवर पाहतो तो प्लॅटफॉर्मवर वसुंधरा. गाडी थांबण्यापूर्वीच मी उडी मारली.
" तू कशी आलीस? "
" सहज. "
" Everything O.K. ? "
" हो. "

- तरी बाईसाहेब गप्प होत्या. घराजवळ टॅक्सी आली तेव्हा वसुंधरा म्हणाली,
" एक गोष्ट सांगते. सांगायची नव्हती तरी सांगते. घरात पाऊल पडताच मनावर परिणाम करून घ्याल म्हणून सांगते. "
" लवकर सांग. "
" अण्णांना जरा बरं नाही कालपासून. "

घरी आलो तर दोन घटना दिसल्या. अण्णा पलंगावर निजलेले आणि घरातला वीजपुरवठा बंद पडलेला. शेजारच्या शिवडेकरांच्या घरातून आम्ही उसनी वीज आणलेली. स्टेशनवर वसुंधरेचा चेहरा मला उगीच निराळा वाटलेला नव्हता. अण्णांच्या त्या आजारानं आमच्या सर्वांच्या तोंडचं पाणी पळालं होतं. मन:शांतीला फार मोठा तडा गेला होता. नाना तऱ्हेचे वैद्यकीय उपचार चालले होते. गुण नव्हता. डॉ. साठे झाले. पॅथॉलॉजिस्ट घारपुरे झाले. शेवटी ठरलं, डॉ. कोईयारना आणायचं. मी अण्णांना म्हणालो,
" अण्णा, डॉ. कोईयारना आणावं म्हणतोय. "
अण्णा हसत हसत म्हणतात,
" आण ना, कोई भी यार लावो. "
तशा परिस्थितीत दिलेलं ते उत्तर, त्याचं आश्चर्य अजून लोपलेलं नाही. वास्तविक तो आजार कठीण म्हणजे जिवावरचा होता. त्या आजाराचं गांभीर्य सगळ्यांना जाणवलं होतं. अंथरुणाला कधीही पाठ न लावणाऱ्या अण्णांना तर ती फार मोठी शिक्षा होती. त्यांच्या आजाराच्या तीव्रतेपेक्षाही, अण्णांसारख्या अखंड परिश्रम करणाऱ्या माणसाला पडून राहावं लागत आहे, याचं फार दु:ख होत होतं. ' यत्न तो देव जाणावा ' - या उक्तीचं लहानपणापासून त्यांनी पालन केलेलं. Work is worship हे तत्त्व नुसतं हाडीमासी नव्हे, तर रक्तात भिनलेलं आणि अशा उपासकाला नियतीनं पडून राहण्याची शिक्षा दिलेली.
- शिक्षा म्हणा किंवा सबंध आयुष्यातल्या विश्रांतीची वसुली म्हणा - काहीही म्हणा, त्यांना तशा अवस्थेत पाहवत नव्हतं एवढं खरं.
माझ्या आठवणीत तरी मी त्यांना नुसतं बसल्याचं कधीच पाह्यलेलं नाही.
पहिल्या बाजीरावाची तसबीर एकदा बादशहाला हवी होती. दरबारातल्या चित्रकाराला फर्मान सुटलं. भरधाव धावणाऱ्या, घोड्यावर दौड करणाऱ्या बाजीरावाची तसबीर चित्रकारानं पेश केली.
बादशहा म्हणाला, " हे असलं चित्र नको. चांगलं सिंहासनावर, लोडाला टेकून बसलेलं, दरबारी चित्र हवं. "

त्यावर चित्रकार म्हणाला, '' माफ करा, बाजीरावाचं तसलं चित्र मिळणं कठीण आहे. ''

- अण्णांचंसुद्धा तसं चित्र मिळणार नाही म्हणताना ती मुळीच अतिशयोक्ती होणार नाही; कारण त्या तसल्या जिवावरच्या आजारातही ते मला म्हणत होते, '' मला सुताराकडून असा एक स्टँड करून दे, की हे असं पडल्यापडल्या पेंटिंग करता आलं पाहिजे. ''

परमेश्वरापर्यंत जाण्याचे तीन मोठे मार्ग - भक्तियोग, ज्ञानयोग आणि कर्मयोग. यापैकी कोणत्याही एका मार्गाची पदयात्रा करणारा माणूस मानसिक शांती आणि आत्मबळ मिळवतो.

अण्णांच्या मनाची ही प्रसन्नता नि:संशय त्यांनी आचरलेल्या कर्मयोगाची आहे, यात मला शंका वाटत नाही. आणि हा कर्मयोगही साधा नाही; निष्काम आहे. त्यांनी केलेल्या श्रमाचं चीज होतं की नाही, याची काळजी आम्ही सर्व लोकांनी कायम केली आहे. अण्णांनी कष्ट करायचे आणि त्याचं योग्य मूल्य होतं की नाही याची काळजी आम्ही करायची, अशीच एकूण विभागणी झाली आहे.

त्यांचे कष्ट पंच्याहत्तरीला पोहोचले तरी संपलेले नाहीत आणि आमची काळजीही. व्यवहारात ते फसणार ही काळजी आम्ही अजून करतो. परिश्रमाबरोबर व्यवहारात फसणं हा त्यांचा स्थायीभाव आहे.

पण आज वाटतं, की हा अव्यवहारी माणूस जिंकलेला आहे.

आणि व्यवहार सांभाळू पाहणारे आम्ही सर्व हरलेलो आहोत. कारण व्यवहार सांभाळूनही जी मन:शांती आम्हाला मिळू शकलेली नाही, ती या माणसानं केव्हाच मिळविली आहे. आमचं व्यवहारी द्रव्य केव्हाच संपुष्टात आलं आहे आणि अण्णा मात्र श्रीमंतीनं हसताहेत.

त्यांच्या या वृत्तीमुळेच होत असलेले कष्ट कुणासाठी, कशासाठी, किती काळपर्यंत व का? - असले प्रश्न त्यांना कधीच पडले नाहीत.

कष्ट प्रत्येकाला करावे लागतात. अण्णांसारख्या व्यक्तींच्या कष्टाला जास्त मोल आणि इतरांच्या नाही - असा भेदभाव मी कधीच करणार नाही. तरीही त्यात एक फरक आहे. एखाद्या कामासाठी किंवा एखाद्या व्यक्तीसाठी किती कष्ट करायचे, हा हिशेब आपण अगोदर मांडतो. तो मांडलेला हिशेब बरोबर आहे की नाही, याची तुलनात्मक चर्चा करतो आणि मग कष्ट करतो. तो हिशेब नेहमीच चुकतो आणि राहते ती वाजवीपेक्षा जास्त कष्ट उपसल्याची हुरहूर आणि मग त्यातून मनस्ताप. अण्णांचं तसं नाही.

चांगला मोटार ड्रायव्हर ज्याप्रमाणे कोणत्याही रस्त्यावरून तेवढ्याच काळजीनं मोटार चालवतो, त्याचं चांगलं चालवणं जसं गावावर - रस्त्यावर अवलंबून नसतं, तसं अण्णांच्या श्रमाचं आहे. लहानातल्या लहान कामातही त्यांचा स्वत:चा असा ठसा असतो.

सुहासला थोपटताना ते निरनिराळ्या कविता म्हणून दाखवत.
मी एकदा सहज म्हणालो,
“ अण्णा, तुम्हाला कितीतरी कविता येतात - लिहून तरी ठेवा. ”
“ जरूर. ”
मी त्यांना एक वही दिली. त्यानंतर चारच दिवसांनी त्यांनी माझ्या हातात वही दिली. पहिल्या पानावर त्यांनी लिहिलं होतं, “ आमच्या लहानपणी क्रमिक पुस्तकातून या कविता आम्ही वाचलेल्या होत्या. त्यातलं शब्दवैभव व अर्थसंपन्नता पाहिली म्हणजे हल्लीच्या कवितांची आणि कवींची काळजी वाटते. चि. सुहाससाठी हा वाङ्मयीन खाऊ मी द्यावा, अशी चि. वसंतची इच्छा आहे व त्यानेच ही वही दिली. त्याच्या इच्छेनुसार आज रोजी हे काम हाती घेत आहे. ”
- त्याखाली त्यांची सही व तारीख.
“ आठवल्या तेवढ्या लिहिल्या आहेत. ” वही देताना अण्णा म्हणाले.
मी वही उघडली. ती संपूर्ण भरलेली होती आणि केवळ पाठांतर व स्मरणशक्ती यांच्या आधारावर लिहिलेल्या सव्वाशेच्या वर कविता त्यात होत्या.
तो वाङ्मयीन खाऊ माझ्या भाच्यांनादेखील आवडला. हे समजताच, नंतरच्या आठवड्यात त्यांनी त्या वहीची आणखी एक प्रत तयार केली.
लग्नमुंजीसाठी मंगलाष्टकं करण्याच्या बाबतीत पण हीच गोष्ट. तेवढीच तत्परता, तेवढीच आत्मीयता. आजपर्यंत त्यांनी रचलेल्या मंगलाष्टकांची संख्याही दोनशेच्या वर गेलेली असेल. त्यांचं अल्बम्स करणं अजून चालू आहे...

अल्बम्स !
हा एक पुरून उरणारा विषय आहे.
त्यांच्या स्वत:च्या लेखांचा अल्बम, स्वत:च्या प्रकाशित-अप्रकाशित चित्रांचा अल्बम, फोटोंचे अल्बम तर पुष्कळच. त्याशिवाय इतर चित्रकारांच्या, लेखकांच्या, स्वत:ला आवडलेल्या कलाकृतींचा अल्बम. या संग्राहक वृत्तीचा अद्यापि लोप झालेला नाही. जेवढं वैभव अण्णा स्वत:बरोबर घेऊन आले आहेत, तेवढं त्यांनी टिकवलं आहे. ते अद्यापि त्याचा उपभोग घेत आहेत. परत ही वृत्ती केवळ स्वत:पुरती मर्यादित

नाही. त्यांनी इतरांनाही त्यांच्या जपण्यासारख्या वस्तूंचे संग्रह करून दिलेले आहेत.

मला आठवतं ते १९५२ साल.
माझी पहिलीवहिली कथा धनुर्धारीच्या दिवाळी अंकात प्रकाशित झाली. तेव्हा मी दिल्लीला होतो. कथा प्रसिद्ध झाल्याचं मला माहीतही नव्हतं. मी मुंबईला परतलो तेव्हा अण्णांनी माझ्या हातात ‘ इलस्ट्रेटेड विकली ’च्या आकाराचा एक अल्बम दिला. ‘ विकली ’चाच तो अंक होता. पण वरती एक सृष्टिदेखावा काढला होता, तो मात्र अण्णांनी. लाल-नारिंगी रंगात, उगवत्या सूर्यबिंबाचं चित्र नजरेत भरलं होतं. कोपऱ्यात ठसठशीत तीन अक्षरं लिहिली होती -
व. वा. वि.
त्याच्यात खाली अगदी बारीक अक्षरात त्या तीन अक्षरांचा अर्थ दिला होता -
‘ वसंत - वाङ्मय - विहार. ’
त्याच्यापुढं अण्णांनी लिहिलं होतं,
‘ चि. वसंतची पहिलीवहिली कथा संग्रहित केली आहे. त्याच्या हातून उत्तरोत्तर अशीच वाङ्मयसेवा घडो. हा आशीर्वाद सफल होवो. ’
- त्याखाली सही व तारीख.
मी अल्बम उघडला. पाहतो तो माझी पहिलीवहिली कथा अण्णांनी अल्बम करून चिकटवलेली.
त्यानंतरच्या तीन-चार वर्षांत त्या अल्बममध्ये काही चिकटवण्याची वेळ आली नाही. वर्षाकाठी एखादी कथा प्रकाशित व्हायची.
लेखन ही एक ‘ बिकट वाट ’च वाटत होती.
त्या माझ्या तुटपुंज्या लेखनाचा अण्णांना मात्र विलक्षण आनंद वाटत होता.
एका प्रसंगी, मी पुण्याला असताना अण्णांचं मला पत्र आलं. त्यात त्यांनी लिहिलं होतं -
“ प्रसाद मासिकात तुझी ‘जयराम’ कथा छापून आली आहे. आनंद वाटला. दोन तासपर्यंत मी त्याच आनंदात होतो. कंपनीत पोहोचल्यावर मी पुन्हा अंक उघडला. पाहतो तर त्याच अंकात माझीही गोष्ट छापलेली. आपल्या दोघांच्या कथा एकाच अंकात छापून य. गो. जोशींनी आपल्याला चकित करून सोडलं आहे. तू त्यांना अवश्य भेट. ”
अनेक दिवसांनी आपली आणखी एक कथा छापून आली या आनंदापेक्षाही, अण्णांच्या पत्रातल्या एका वाक्यानंच मी सुखावलो होतो. ते वाक्य म्हणजे -
‘ दोन तास मी त्याच आनंदात होतो. ’

मी लिहू शकतो - याचा आनंद, अभिमान मला जेवढा वाटतो, तितकाच त्यांनाही तेव्हापासून वाटू लागला व तो आजतागायत वाटतो आहे. आज मला जे थोडंफार नाव मिळालं आहे त्याचं श्रेय जसं रसिकांना आहे, तसंच अण्णांसारख्या अखंड कार्यरत असलेल्या थोरांच्या आशीर्वादाचं आहे, यावर माझी श्रद्धा आहे.

अद्यापि मी लिहितो, त्या सर्व लिखाणात ते आहेत.

कथा लिहून झाल्यावर त्याचं बारसं करताना मला नेहमी प्रश्न पडतो.

तो प्रश्न कित्येक वेळा अण्णा सोडवतात. कथेला योग्य नाव काय द्यावं, हा मला प्रश्न पडतो. माझ्या काही गाजलेल्या कथांची शीर्षकं मला अण्णांनी आणि इतरांनी सुचवलेली आहेत. इतरांत, श्री. अशोक चिटणीस, श्री. विद्याधर गोखले, श्री. मोहन सुखटणकर इत्यादी व्यक्ती आहेत.

- थोडं हे विषयांतर करायचं कारण म्हणजे एका मान्यवर टीकाकारांनी (तेही माझे स्नेही, प्र. श्री. नेरूरकर) माझ्या कथावाङ्मयावर टीका करताना असं म्हटलं होतं, ' काळ्यांना कथेचं शीर्षक अगोदर सुचत असावं आणि शीर्षकानुसार कथा घडत असावी. '

मला मजा वाटली. असं कधीच घडलं नाही. वसंतकुमार सराफ, ग. वा. बेहेरे यांच्यावरच शीर्षकाची जबाबदारी सोपवून, मी कित्येकदा कथा नाव न देता पाठवल्या आहेत. ' पेन सलामत तो ' हे नाव श्री. सराफांनी सुचवलेलं.

प्र. श्रीं. च्या विरुद्ध मी घरातल्या घरात अण्णांकडे तक्रार नेली. अण्णा नुसतं हसत म्हणाले, '' असंच असतं. ''

माझ्या लिखाणाची त्यांना एकीकडे काळजीही वाटते. त्याचं कारण मात्र निराळं आहे. ' मेनका ', ' रंभा ', ' पैंजण ' यांसारखी शृंगाराला प्राधान्य देणारी मासिकं बाजारात येत होती. त्या मासिकांचे संपादक माझे स्नेहीच होते. त्यांच्या मासिकांतून माझ्या कथा प्रकाशित व्हायला लागल्या. अशा मासिकांतून मी लिहू नये, असं अण्णांनी स्पष्ट कधीच सांगितलं नाही. पण माझ्यावरच लिहिलेल्या एका लेखात त्यांनी लिहिलं,

'' शृंगारिक कथा लिहिताना आपला तोल न सुटू देण्याची काळजी त्याने घेतलेली दिसते. तरी पण, या मोहमयी, उन्मादक लिखाणाच्या आसपास घिरट्या घालीत असलेली एखादी ' रंभा '-' मेनका ', आपल्या पायांतील ' पैंजणा 'च्या रुणझुणत्या किणकिण निनादात लेखकाचे ' सलामत पेन ' त्याला कळू न देता केव्हा हिसकावून घेईल, हा धोका सुतराम संभवत नाही असे कुणी म्हणावे? ''

त्यांना प्रत्येक बाबतीत माझी काळजी वाटते. मनाच्या चंचलतेचा, गप्पिष्ट स्वभावाचा,

रमलो तिथे रमलो या स्वभावाचा मला जेवढा त्रास होतो, तेवढाच त्यांनाही होतो. स्कूटर घेतल्यापासून त्यांना वाटणाऱ्या विवंचनेत आणखीन एकाची भर पडली आहे. या वयात मी त्यांची काळजी करायची; पण तसं न होता, अजून तेच माझी काळजी करतात. म्हणूनच प्रवासात मला सेकंडने जा म्हणतील, पण स्वत: थर्डमध्ये ताटकळून प्रवास करतील. वेळ पडल्यास उभं राहूनही. त्या पायांना फक्त चालायचं आणि उभं राहायचं एवढंच माहिती. मुंबईत अतिवृष्टीनं गाड्या-बसेस बंद पडल्या तर मी सरळ ऑफिसला दांडी मारायचो. पण अण्णा राजकमलमध्ये चालत जायचे. त्या त्या अवयवांना तसं वागायची सवयच झालेली. जडवून घेतलेली. राजकमलमध्ये मस्टरवर सहीखाली वेळ टाकायची प्रथा होती. असंख्य कामगार नोकरांपैकी कंपनी सोडेपर्यंत सहीखाली वेळ मांडणारे फक्त अण्णाच राहिले होते. बाकीच्यांनी ती प्रथा केव्हाच सोडली होती. सक्तीच्या कामावर भक्ती करण्याचीच त्यांची वृत्ती. आणि तरीही त्यासाठी आसक्ती नाही. म्हणूनच हा एवढा प्रवास झाला आणि तो बाळगलेल्या सर्व सामानासहित झाला. या जगात माणूस येतो तो सर्व साधनसामुग्रीसहित येतो; पण त्या प्रवासात कैक डाग हरवतात, गहाळ होतात; काही जाणतेपणी, काही अजाणतेपणी. समाधान, आत्मसंतुष्टता हे डाग तर प्रवासाच्या सुरुवातीलाच हरवतात. पण अण्णांचं तसं नाही. उभ्याने प्रवास करूनही, त्यांचा कोणताही डाग ' लॉस्ट अँड फाऊंड ' मध्ये गेलेला नाही.

यावरून एक गंमत आठवली.

अण्णांचा संसार म्हणजे एक पिशवी. त्या पिशवीत कॅश सर्टिफिकिटस्च्या स्वरूपात थोडीशी भविष्यकाळची तरतूद आणि त्यांच्या स्वत:च्या १९०८ सालापासून लिहिलेल्या डायऱ्या. गेल्या पंचावन्न वर्षांतला त्यांच्या जीवनाचा इतिहास पानापानांत अक्षररूप झाला आहे. पंचावन्न वर्षे ते दैनंदिनी लिहीत आहेत. अजून लिहितात. कधी विषय निघाला तर ते म्हणतात,

" काही कमीजास्त घडलं तर एवढी पिशवी मी उचलणार आणि पळणार. तुम्ही सगळीकडे धावत म्हणाल, मी हे घेऊ का ते घेऊ ! "

यावर आमची ताई नेहमी म्हणते,

" बस. फक्त स्वत:चा विचार करा. मी हे सगळं उभं केलं ते काय माझ्यासाठी? "

अलिप्तपणाचा आरोप आमच्या ताईकडून अनेकदा अण्णांच्यावर होतो. फार कशाला, अण्णांचं घरात, संसारात लक्षच नसतं, त्यांना काळजी नाही, असं मी पण एकेकाळी त्यांच्याविषयी लाडकं मत बनवून ठेवलं होतं. पण तशी परिस्थिती नव्हती. स्वत:च्या घरासाठीच ते घरापासून दूर होते. स्वत:च्या घरापासून ते बाहेर

होते, म्हणूनच घरात काय काय हवं आहे, हे त्यांना समजत होतं. ते घरात गुरफटले असते तर आज घर उभं राहिलं नसतं. आमच्या घरावर ते सतत बाहेर उभं राहून पहारा करीत होते. ज्या वेळेला आम्ही घरच्या सावलीत निर्धोक होतो, त्या वेळेला ते फक्त सव्वाशे रुपये पगारावर उन्हातान्हातून चालत जात राजकमलची नोकरी करीत होते आणि तेदेखील आनंदानं. वेतनाच्या मानाने आपण जास्त राबवले जात आहोत याची रुखरुख न ठेवता; आणि त्याचं कारण एकच -
- कष्टांचा हिशेब न मांडता कष्ट करायची सवय देहाला, मनाला जडलेली.

ही सवय मात्र एवढ्या प्रचंड प्रमाणावर, की बोलायची सोय नाही. राजकमल कलामंदिर स्टुडिओ जेव्हा संपूर्ण नवीन तऱ्हेने बांधला गेला, तेव्हा ऑटोमॅटिक लिफ्टही बसवण्यात आले. पण शांतारामबापूंकडे जाताना अण्णांनी कधीही लिफ्ट वापरलं नाही. एकदा शांतारामबापूंना भेटण्यासाठी ते जिन्याने वर जात असताना जिन्यातच शांतारामबापूंची व त्यांची भेट झाली. शांतारामबापू वरून खाली येत होते. त्यांनी विचारलं,
'' कुठं निघालात? ''
'' आपल्याकडेच निघालो होतो. '' अण्णांनी सांगितलं.
'' अरे, मग जिन्याने कशाला येता? मग लिफ्ट कुणासाठी बसवलंय? चला पाहू. ''
- असं म्हणून स्वत: शांतारामबापू अण्णांना घेऊन लिफ्टने वर गेले.

आर्ट डायरेक्टर म्हटला म्हणजे, नेहमी संबंध सुतारखाते, मोल्डिंग खाते यांच्याशी. त्यामुळे नवीन इमारत होऊनही अण्णांना त्यात जागा मिळाली नाही. त्यांची जुनी शेडच कायम राहिली. त्यांच्या खोलीच्या बाजूलाच ' रामचंद्र ' हा हत्ती बांधलेला असायचा. अण्णांची व त्याची दोस्ती झाली. कंपनीच्या राजकारणापासून हत्ती व अण्णा दोघंही अलिप्त असायचे. म्हणूनच त्यांची मैत्री लवकर झाली. जेवणाच्या डब्यात मग एक पोळी हत्तीची राहू लागली. बरोबर दुपारी एक वाजता गजराजाची सोंड खोलीच्या खिडकीपाशी येऊ लागली. कधी डबा न्यायचा नसेल तर ' हत्तीची काय सोय? ' असा प्रश्न अण्णांना घरीच पडायचा. घेणाराही प्रामाणिक व देणाराही प्रामाणिक. हत्तीला कधीही बांधण्यात येऊ नये अशी मालकाची ताकीद असायची. आम्हाला ' सुट्या ' हत्तीची भीती वाटायची. पण तो कधी बेफाम झाल्याचं समजलं नाही. अण्णांप्रमाणेच त्यांचा हा पडोसी पण ' थंड ' रक्ताचा होता.
अण्णांना नवीन बिल्डिंगमध्ये चांगली खोली मिळाली नाही, याचं मला राहून राहून

वैषम्य वाटायचं. पण एकदा अण्णा हत्तीला पोळी देत असताना मी पाहिलं, तेव्हा पटकन मनात विचार आला, ' दोन दिलदार जीव एके ठिकाणी ठीक आहेत. '

व्ही. शांताराम खरोखरच कल्पक.

त्यांनी अण्णांची किंमत ओळखली होती. गाजावाजा करून अण्णांचा सत्कार केलेला अण्णांनाच आवडणार नाही हे त्यांनी हेरलं होतं. म्हणूनच अण्णांचा सत्कार ते रोज करीत होते, तेही मोठ्या प्रमाणावर; एवढ्या मोठ्या प्रमाणावर गौरव करता येणं कुणालाच शक्य नाही. तुम्हीच सांगा, सेवकाच्या दरवाजात हत्ती झुलत ठेवणं, हे काय खायचं काम आहे?

१ नोव्हेंबर, १९६३

" वसंतराव, तुम्ही अण्णांच्यावर एक भक्कम पुस्तकच लिहा. लोकसत्तेतला लेख वाचून हे पत्र लिहितोय. पुस्तक लिहा. काहीतरी वेगळंच लिहून बसाल... "

सुप्रसिद्ध कादंबरीकार श्री. श्री. ना. पेंडसे यांचं पत्र आलं. पत्र आल्याचा आनंद होता आणि पेंडसेसाहेबांचं मी ऐकू शकणार नव्हतो, याचं दु:खही होतं.

कसं ऐकणार?

मागच्याच लेखात मी म्हटलं आहे की, अण्णांच्यामध्ये आणि माझ्यामध्ये एक न तुटणारं अंतर निर्माण झालं आहे आणि ही दरी मला पार करता येणार नाही. त्या अर्थानं मी त्यांना रूम-पार्टनर म्हणालो होतो. आपण रूम-पार्टनरच्या जास्त जवळ जाऊ शकत नाही, तेव्हा पुस्तक लिहायला जमणारच नव्हतं.

तेव्हाही, म्हणजे १९६१ साली आणि आताही.

कारण माझा रूम-पार्टनर आता पुण्याला राहायला गेला आहे.

होय.

ती. अण्णा १९६२ साली पुण्याला राहायला गेले. सेवानिवृत्त होऊन गेले. वयाच्या पंचावन्नाव्या वर्षी निवृत्त व्हायचे ते चौऱ्याहत्तराव्या वर्षी सेवानिवृत्त झाले. सेवानिवृत्त झाले म्हणण्यापेक्षा, सेवानिवृत्त व्हावं लागलं.

" कोई भी यार लावो " - असं त्यांनी त्या आजारात गंमतीनं उत्तर दिलं. ती परवानगीच समजून डॉ. कोईयारना आणण्यात आलं.

तो वयोवृद्ध, ज्ञानवृद्ध डॉक्टर, आमच्या चाळीचे भिकारडे तीन जिने चढून वर आला. अण्णांना तपासताना तोडक्यामोडक्या मराठीत त्यांनी विचारलं,

" उमर किती? "

" चौऱ्याहत्तर. " अण्णांनी सांगितलं.

" Don't be afraid of anything my boy. I am also running seventy two -"

क्या, यह भी याद नहीं ?

- दोन वृद्ध एकत्र येऊन एकमेकांना सावरत होते, विचारपूस करीत होते.
डॉ. कोईयार गेले. माझ्या अण्णांना 'my boy' म्हणून गेले.
अण्णांना भाटिया इस्पितळात न्यायचं ठरलं.
आयुष्यात प्रथमच दाराशी ॲम्ब्युलन्स. काळीज थरकलं होतं.
घरात पुरुष माणूस म्हणतात तो मी.
मला जर वडील भाऊ असता तर तो कसा असता, याचा मी आयुष्यात विचारच केला नव्हता. कल्पनेनंही मला त्या व्यक्तीचं चित्र रंगवता आलं नसतं. कधी उणीवही आजवर वाटली नव्हती.
त्या क्षणी मात्र वाटलं, की आत्ता ॲम्ब्युलन्समधून अण्णांबरोबर जाताना, बरोबर तो असता. तेवढ्यात माझा ऑफिसातला मित्र चंद्रकांत नाईक आला. भावासारखा पाठीशी असलेला तो मित्र नेमका त्याचवेळी आला. लक्षात ठेवून. मला हलकं वाटलं.
काही दिवसांच्या वास्तव्यानंतर, भाटिया हॉस्पिटलमधून पुन्हा घरी.

पुन्हा ॲम्ब्युलन्स, स्ट्रेचर आणि चाळीच्या तीन जिन्यांवरून वर येणं.
तानाजीच नव्हे तर तुम्ही आम्हीही, पायऱ्या चढून येण्यापेक्षा घोरपड सोडून दोरावरूनच चढायचं रोज ठरवावं, असे जिने.
एवढं करूनही गुण नव्हता. बारीक ताप हटत नव्हता. एका खोलीत वेड लागायची पाळी आली होती. खुद्द अण्णांनाही विश्रांती, आवश्यक ते स्वास्थ्य मिळत नव्हतं. निर्णय घेतला, जरा ताप उतरला की त्यांना पुण्याला न्यायचं.
त्याप्रमाणे पुणं गाठलं.
परस्पर जहाँगीर नर्सिंग होम.
डॉ. सरदेसाईंसारखे धन्वंतरी भेटले, आणि
अख्ख्या ' श्रमसाफल्य ' वास्तूचं चित्र बदललं.
अण्णा घरी आले. माफक औषधं, काहीसं पथ्य आणि गादी-उशी न वापरता सहा महिने लाकडी पलंगावर झोपणं - एवढ्याच उपचारावर सुटका झाली.
गादी-उशीशिवाय झोपणं तर सोडाच, पण नेहमीची उशी जरी वाटणीला आली नाही, तरी आपली मिजास जाते. दिवसातून दहा वेळा जप करतो... " डोळ्याला डोळा नाही हो रात्रभर. "
पण इथं, सहा महिन्यांत त्याचा उच्चार नाही. एकच रात्र उशी वापरतो, असलं कन्सेशन मागणं नाही. गोळ्या, डोस यातून एखादी वेळ चुकवण्याचा प्रयत्न नाही. किंवा डोळा चुकवून, न खाण्याच्या पदार्थाकडे हात गेला नाही. तशी अपेक्षाही

नाही. नेपथ्यात आणि पथ्यात तेवढीच जागरुकता, तत्परता. त्यांना पलंगावर पडलेलं मी जेव्हा पाहत होतो, तेव्हा हाच प्रश्न मला पडायचा... नेपथ्यातून पथ्यपाण्यात अण्णा कसे आले हे कळलंच नाही आणि कसं कळावं?

वयाच्या ५४ व्या वर्षी त्यांनी राजकमल कलामंदिरमध्ये नोकरी धरली. ज्या वयात माणसाला सेवानिवृत्तीचे वेध लागतात, या माणसाचा फंड किती जमला असेल याची विवंचना शेजारच्या माणसांना व नातेवाईकांना लागते, एवढ्या रकमेचं हे आता काय करतील किंवा काय करावं याच्यावर इतरांना विचार करून शीण येतो, त्या वयात अण्णांनी दुसरी इनिंग सुरू केली.
नव्या उमेदीनं, ताज्या दमानं, ताज्या हिशेबानं.
आम्ही सर्व पुण्यात.
जागेअभावी अण्णा एकटे मुंबईत.
नात्यातल्या माणसांनी तेव्हा नोकरासारखी वागणूक द्यायला सुरुवात केल्यावर, मित्र ' आप्त ' ठरला. मग बिऱ्हाड मित्राच्या घरी. अधूनमधून पुण्याला यायचे. पण त्यांची आणि माझी तेव्हा ओळखच नव्हती.
आपल्याला सर्वात जवळचा असलेला माणूस किती मोठा आहे, हे जोपर्यंत आपल्याला कळत नाही, तोपर्यंत त्याची आणि आपली ओळखच नाही असंच म्हणायला हवं. मला आठवतंय, त्यांच्याबरोबर ४२-४३ साली मी प्रथम राजकमल कलामंदिरमध्ये गेलो होतो, तेव्हा ' शकुंतला ' चित्रपटाचं शूटिंग चालू होतं. शकुंतला राजवाड्यात येऊन दुष्यंताला स्वत:ची ओळख पटवून देण्याचा आटापिटा करीत आहे, या प्रसंगाचं चित्रीकरण चाललं होतं. माझ्या त्या वेळच्या वयात, मला ते सगळं अगम्य होतं. फक्त भांबावून जाणं, दिपून जाणं या व्यतिरिक्त दुसरी भावनाच संभवणार नव्हती. अवघा दहा वर्षांचा होतो मी तेव्हा.
" शांत उभं राहून सगळं पाहायचं. " - अण्णा वारंवार बजावीत होते.
आज मला वाटतंय, ओळखीची अंगठी नाही म्हणून दुष्यंतानं शकुंतलेला धिक्कारलं, पण ओळखीची अंगठी हाताला न लागणं हा प्रकार शकुंतलेच्याच बाबतीत होतो असं नाही. ओळखीच्या अंगठ्या आपल्याला नेहमी तरी कुठं सापडतात? - त्या वेळी, शूटिंग दाखवीत शेजारी उभे असलेल्या अण्णांना ओळखू शकेन, अशी अंगठी माझ्याजवळ तरी कुठे होती?
मध्येच केव्हातरी सुट्टी झाली. खूप मोठी वाट तुडवीत आम्ही खानावळीत आलो. बहुधा ती श्री. द. ग. फणसे, श्रीकृष्ण दुग्धालयाची खानावळ होती. खानावळीतल्या जेवणाबद्दल काय बोलावं? अण्णा तर कधीच काही न बोलणारे. एकदाच अण्णांनी

चेहरा घाबरल्यासारखा केला. वाढपी धावत आला. अण्णा त्याला म्हणाले, 'ह्या आमटीच्या वाटीत चुकून डाळ पडली आहे'. असं जेवण पचवून, परत तेवढंच अंतर तुडवीत आम्ही कंपनीत आलो. ओळख पटवून देण्याचा शकुंतलेचा प्रयत्न त्या दिवशी संध्याकाळपर्यंत चालला होता. ती पुन:पुन्हा आळवून विचारीत होती, ' क्या, यह भी याद नहीं? ' आणि दुष्यंत तिच्याकडे तटस्थासारखा पाहत बसला होता. आज परत एकवार अण्णांच्यावर लिहिताना अनेक प्रसंग मला विचारीत आहेत -

' क्या, यह भी याद नहीं? '

पुण्याची एक आठवण. एक प्रसंग. या प्रसंगापाठोपाठचाच प्रसंग.

' भक्तीचा मळा ' चित्रपट पुण्याला डेक्कन टॉकीजला लागायचा होता. चित्रपटगृहावर भली मोठी सजावट व्हायची होती. सावता माळी मोट चालवतोय, बैल मागे-पुढे सरकत आहेत, हे सबंध हालचाल करणारं दृश्य डेक्कन टॉकीजवर दाखवण्यात येणार होतं. सजावटीचं ते अवघड आणि अवाढव्य काम अण्णांच्या देखरेखीखाली चाललं होतं. रोज एकदा आम्ही बहीण-भावंडांनी डेक्कन टॉकीजवर चक्कर टाकायची हे तर ठरलेलंच.

गंमत म्हणजे आत ' शकुंतला ' चित्रपट चालू आणि बाहेर ' भक्तीचा मळा ' या आगामी चित्रपटाची सजावट चालू. काही वेळ सजावट पाहत रेंगाळायचं आणि मग हळूच आत जायचं. जो कोणता प्रसंग चालू असेल तिथपासून चित्रपट पाहायचा. या तऱ्हेनं मी व सिंधुताईनं, शकुंतला सिनेमा अख्खा घरी करून दाखवता येईल इतक्या वेळा पाह्यला.

डेकोरेशन या कामात अण्णांचा हातखंडा - अगदी ' दहेज ' या चित्रपटापर्यंत, थिएटरवरच्या सजावटीचं काम अण्णांकडे असल्याचं मला आठवतं.

यावरून मात्र मध्येच एक आठवण पुढे सरकते आहे. डेकोरेशनबद्दल सांगता सांगताच डोळ्यांसमोर दुसरंच चित्र उभं राहतं.

- माजघर. वेळ सकाळ नाही आणि दुपार पण नाही - अशी एक अवस्था, की ज्या वेळेत काय करावं हेच कळत नाही.

अण्णा देवघराशी. पूजा संपवण्याच्या स्थितीपर्यंत. आता निरांजन लावायचं, आरती, की संपलं.

तेवढ्यात हातातलं काम टाकून ताई बाहेर येते. अण्णांच्या डाव्या हाताला उभी

राहून इन्स्पेक्शन सुरू करते. दोन मिनिटांतच वाक्य येतं,

" हे हो काय? "

" आं... " अण्णा नुसतेच कावरेबावरे.

" ते गुलाबाचं फूल चांगलं मध्यभागी ठेवा की. चांगलं सोन्यासारखं टपोरं फूल. असं चेंगरून का गेलंय? "

आपण पुढे व्हावं. ताई आपली साक्ष काढते.

" बाहेर एवढाली डेकोरेशनची कामं करतात आणि इथं देवावर कशीही फुलं रचतात. "

अण्णा बोलत नाहीत काही. नुसते हसत राहतात. हसताना आवाज फुटत नाही बाहेर. पण सगळं शरीर हलत राहतं.

हसून हसून डोळ्यांच्या कडा ओल्या झालेल्या असतात.

या आठवणीला धक्के मारीत एक निराळीच आठवण मध्ये घुसत आहे -

भल्या-मोठ्या यात्रेत एखादा माणूस आडदांडपणे पुढे घुसतो त्याप्रमाणे.

त्या माणसाचं जे होतं तसंच या आठवणीचं झालंय.

त्या माणसाचे कपडे फाटतात, महत्त्वाच्या वस्तू गहाळ होतात; तसंच, या आठवणीचा बाकीचा तपशील हरवला आहे.

ही हकीकत आहे एका क्रिकेटच्या मॅचची.

मॅच मुंबईला होती - ब्रेबॉर्न स्टेडियमवर. त्या वेळचे नावाणलेले खेळाडू श्री. देवधर खेळणार होते. अण्णांकडून श्री. देवधरांच्या खेळण्याचं वर्णन मी खूपदा ऐकलं होतं. ती मॅच कुणाकुणात होती, कोण विरुद्ध कोण - हे आता आठवत नाही. आठवतंय इतकंच, की देवधर खेळणार होते आणि वेळ व ऐपत नसताना अण्णांनी मला नेलं होतं. देवधर कुणाविरुद्ध खेळणार हे माहीत नव्हतं; पण एकही धाव न काढता ते जेव्हा तंबूत परतले, तेव्हा वाटलं, हे अण्णांच्याच तर विरुद्ध नव्हते?

- अण्णांना फार फार वाईट वाटलं.

एकही धाव न काढून देवधरांनी त्यांना फसवलं होतं. अण्णांना तो स्वत:चाच पराभव वाटत होता. तरी उमेद धरून ते मला सांगत होते,

" दुसऱ्या इनिंगला पाहा. हातातल्या हातात बॅट अशी फिरवतात, की चेंडू कुठे गेला समजतच नाही. "

मला क्रिकेटची गोडी अजून निर्माण झालेली नाही आणि अण्णांची गोडी अजून ओसरलेली नाही.

पटांगणाशी अस्मादिकांचा संबंध आलाच नाही. मैदान क्रॉस केलं की शॉर्टकट पडतो, तेव्हा रस्ता सोडून मी जो काय मैदानाच्या वाटेला गेलो असेन तेवढाच. शाळेत लवकर जायचं म्हणून, मैदानातून जाताना जो काय ‘ पिच् ’ ला स्पर्श झाला असेल तेवढाच. सीझनचा बॉल एकदा हातात घेऊन पाह्यला, तेव्हा मला ‘ बॉलपेक्षा वरवंटा मऊ ’ वाटला. दातओठ खाऊन तो सीझन बॉल घेऊन धावत येणारा बॉलर आणि उधळलेला बैल, यात मला बैल सौम्य वाटत आला आहे. त्यामुळे शंभर शंभर धावा काढणारे पुरुष मला ‘ पुरुषोत्तम ’ वाटतात. हातातल्या बॅटसकट छापून येणारे त्यांचे फोटो मला द्रोणागिरी उचलणाऱ्या ‘ वनारी अंजनीसुता ’च्या तोडीचे वाटतात; त्यामुळे एकूण हा असा उत्साह.

‘ गिरगावला टांग मारूनी ’ जाणाऱ्या ट्रॅमप्रमाणे मी पटांगणाला वागवीत शाळेत जायचो.

बंगल्याच्या बागेत तरी डाव रंगायचा. खिडक्यांच्या काचा आम्ही फोडल्या; पण त्या सिक्सरने नाही, तर चक्क एक गेला... हाऽऽ दुसरा गेला आणि तीऽऽऽन करीत विटीदांडूने.

त्या गावरान डावात केव्हा कोण रंगत नव्हतं?

केवळ अण्णाच नव्हे, तर ताई सोडून बंगल्यातली सगळी मोठी माणसं. माझी मुंबईची मावशी, ज्यांनी आमचा बंगला बांधला ते इंजिनियर सुदामे आणि आम्हा सर्वांना पुरून उरणारे आमचे डोळेकाका.

डोळेकाका एक अविस्मरणीय व्यक्ती. अफाट बुद्धिमत्ता. फार बडी असामी. फर्ग्युसन कॉलेजातले केमिस्ट्रीचे प्राध्यापक. भेदक डोळे, खणखणीत आवाज, तजेलदार कांती, गोरा वर्ण, आणि देह? त्या देहाचं वर्णन कसे करू?... ‘ धिप्पाड ’ या शब्दातल्या, मधल्या ‘प’ अक्षराला, किती वेळा प् जोडला म्हणजे त्यांच्या शरीरयष्टीची कल्पना येऊ शकेल..., हेच कळत नाही. असा तो भीमकाय पुरुष विटीदांडू खेळायला यायचा. विटी कोलण्यापूर्वी ते गल्लीपासून तीन-चार फुटांवर उभे राहायचे. त्यांच्यामागे उभे राहणारे इतर भिडू त्यांच्या मागे आपोआप झाकले जायचे.

डोळेकाकांनी टोला हाणला, की रस्त्याच्या पलीकडच्या रिकाम्या प्लॉटमध्ये ती विटी भूमिगत व्हायची. आमची मावशी पण आमच्यात खेळायची. तिचा सगळा खाक्या निराळाच. प्रस्थ बडं. मुंबईहून यायची ती गणू गड्याला घेऊन. गणूचं एकच काम तेव्हा. आमचा खेळ चालू असेपर्यंत कोयता घेऊन त्यानं सारख्या विट्या

करीत राहायचं. स्वयंपाकघरात जाऊन ताईला मदत वगैरे करावी, हे मावशीला कधी वाटायचं नाही. तिचा पिंडच निराळा होता. ती डोळेकाकांच्यावर जाम चिडायची. कारण विरुद्ध पार्टीत डोळेकाका असले की पारडं त्यांचंच जड व्हायचं.

अण्णा शांतपणे खेळायचे. खेळताना त्यांचा आवाज कधी चढायचा नाही. मग तो विटीदांडूचा खेळ असो, पत्ते असोत, कॅरम असो किंवा बुद्धिबळं असोत. हरले तरी चक् चक् नाही, मात केली तरी गहजब नाही, जाहिरात नाही.
मावशी अण्णांशी बुद्धिबळ खेळायची.
हळूच एखादी मूव्ह करून वजीर उचलतील. मावशी मग तेव्हा, ' अण्णा, हे हो काय? ' करीत वजिराला जीवदान द्यायला लावायची.
अण्णा शांतपणे वजीर परत द्यायचे... आज आता पुण्यात त्यांच्याशी बुद्धिबळ खेळणारं कुणी नाही. विटीदांडू हा खेळ पण ' आठवणीत ' जमा झाला. आता अधूनमधून पत्ते आणि मॅच चालू असेल तेव्हा कॉमेंट्री.
परवा दिवाळी अंकाची कथा द्यायला श्री. अप्पासाहेब फडके यांच्या घरी गेलो. क्रिकेटबाबत तेवढ्याच प्रेमानं बोलणाऱ्या अप्पांनी विचारलं,
" वसंतराव, कॉमेंट्री वगैरे ऐकता की नाही? "
मी तत्परतेनं म्हणालो,
" आमचे अण्णा ऐकतात ना. "

तेवढ्याच आवडीनं अण्णा ऐकतात ती गाणी.
मात्र फक्त नाटकातली. इतर नाहीत. घरात झालेलं रेडिओचं आगमन त्यांना मनापासून आवडल्याचं दिसलं नाही. त्यांनी उघडपणे विरोधही दर्शविला नाही. रेडिओला कधी आपण होऊन हातही लावलेला नाही.
भावगीत संपून बातम्या सुरू झाल्या तरी, किंवा ' आता आपली भेट उद्या सकाळी सहा वाजता, तोपर्यंत नमस्ते ' - हे संपून शेवटची घरघर सुरू झाली, तरी ते रेडिओ बंद करणार नाहीत. त्या बाबतीत ते खऱ्या अर्थानं 'स्थितप्रज्ञ' आहेत. बातम्या आणि करमणुकीचे कार्यक्रम एकाच चवीनं ऐकणारे. आता पुष्कळदा बातम्याच गोड वाटतात ते विसरा. त्याचं श्रेय आहे आकाशवाणीला.
कधीतरी मात्र एखादा प्रश्न विचारून आपली अप्रियता दाखवायचे.
आमची नेहमीची कामं चालायची. कान रेडिओकडे गहाण टाकून. मध्येच ते विचारायचे,
" कुणी ऐकताय का? "

सात्त्विक संतापानं ताई आतूनच म्हणायची,
" त्याखेरीज लावलाय का रेडिओ? "
- एवढ्यावर ते गप्प बसायचे. पण ' मला त्रास होतोय, रेडिओ बंद करा ' असं सांगत नसत.
याच्या अगदी उलट, एखादं नाटकातलं गाणं लागलं किंवा कुणी नाट्यसंगीत गायला लागला म्हणजे काम करता करता त्यांचा एक हात मांडीवर ताल द्यायला लागायचा. पण तेव्हादेखील रेडिओ जरा मोठा करा - असली मागणी नाही.
' मागणी, याचना, लाचारी ' हे शब्दच कोणत्याही धड्यात न आलेले. नेपोलियन यांच्या शब्दकोशात ' अशक्य ' हा शब्द नव्हता. अण्णांच्या शब्दकोशात तर कितीतरी शब्द सापडणार नाहीत.

नाट्यसंगीत गाणारा गायक कधी कधी चुकीचे शब्द बोलायचा. मग अण्णांना राहवत नसे. मूळ शब्द कोणते आहेत, गाणं कोणत्या नाटकातलं, याची चर्चा सुरू व्हायची. पाठोपाठ नाट्यजगातली एखादी आख्यायिका कानांवर यायची. नाटकातल्या जुन्या जुन्या गाण्यांची माहिती चालीसकट समजायची.
अण्णांचं असं हे संगीतप्रेम. पण तेही त्यातल्या त्यात नाट्यसंगीतावर. क्रिकेटवर प्रेम. पण त्याबाबतीत माझा जरा एक तर्क आहे, तो असा.
कै. बापुराव पेंढारकरांना क्रिकेटचा शौक होता. बापुरावांनी आणि अण्णांनी उत्तमोत्तम खेळाडूंचं कौशल्य आणि त्यांनी गाजवलेले सामने पाह्यलेले होते. तेव्हा आज कॉमेंट्री ऐकताना अण्णांना त्या जुन्या आठवणींचं सौख्य होत असावं. त्या काळातली रंगभूमी आणि त्या काळातलं क्रिकेट यांच्या आठवणी म्हणजे 'मर्मबंधातली ठेवच.'
एकेक योग असतात.
उत्तम नाट्यकृती, उत्तम नाट्यसंगीत आणि उत्तम क्रिकेट या गोष्टी हातात हात घालून आल्या आणि हातात हात घालून गेल्या.
आमच्या पिढीला काय उरलं? - तर नाटकांच्या बाबतीत ' कठिण कठिण कठिण किती...' आणि क्रिकेटच्या बाबतीत ' दो या तीन, बस् 'चा आदेश पाळून, ' टी ' टाईमला सगळे परतणारे खेळाडू - आता उरल्या फक्त आख्यायिका. म्हणूनच, नाट्यसंगीत आणि कॉमेंट्री या वेळेला अण्णांना रेडिओ जवळचा वाटत असावा.

आमच्या पिढीला खरोखर आख्यायिका उरल्या आहेत. प्रत्येक क्षेत्रातल्या. जीवनातल्या. हरएक प्रांतातल्या. अण्णाच सांगतात,
कोटाची शिलाई म्हणे दहा आणे होती.

कपडे शिवणे हा महान योग, अण्णांच्या बाबतीत. त्यांनी कोट शिवला की ताईचा शेरा ठरलेलाच -
" चित्रकार आहेत, पण वाटेल त्या रंगाचे, विटके कोट शिवतात. "

कपड्यांच्या बाबतीत अण्णा बेफिकीर आहेत असं मी म्हणालोय, याचा अर्थ ते कंजूष मात्र नाहीत. घरातून निघताना म्हणतील, कोट साधाच करायचा. पण हो ना, हो ना करता-करता भारी कापड घेतील. शिंप्यानं वुलनच्या कोटाच्या शिलाईचा आकडा पन्नासच्या वरचा टाकलेला पाह्यला की म्हणतील,
" काय महागाई ही ! - पूर्वी कोटाची शिलाई दहा आणे होती. "
" खरं? "
एवढं विचारायचा अवकाश की अद्‌भुत बातम्या ऐकायला मिळायच्या. नारळ म्हणे एक आण्याला एक; धान्य रुपयाला दहा, बारा, पंधरा शेर; तीच बाब दुधाची. दुष्काळ म्हणजे धान्य रुपयाला पाच शेर होणं.
कुतूहलानं पुढं विचारावं,
" त्या काळी मग पगार तरी किती होते? "
" मला पंचवीस रुपये होता. पंचवीस म्हणजे चांगली परिस्थिती. "
- मुळात स्वस्ताई आणि त्यातल्या त्यात निजामी स्टेट म्हणजे आबादी आबाद. नोकरी सरकारी. वरंगळ जेलमध्ये गालिचे होत असत. तिथं अण्णा कार्पेट डिझाईनर म्हणून काम करीत होते.
तिथं सगळाच संस्थानी खाक्या. निजामाला पुष्कळ राण्या. ' दो या तीन ' ची घोषणा त्या राज्यात at a time दो या तीन बस- या स्वरूपाची होती. वाड्यात पाळणा हलला की तोफ वाजायची. तोफेचा आवाज ऐकला की सरकारी कचेऱ्या बंद व्हायच्या. शेवटी शेवटी सरकारी नोकर बाजीप्रभू देशपांड्याप्रमाणे कासावीस होत. तोफांचे आवाज ऐकू येतात का, याची वाट बघायचे. मग कायदा बदलण्यात आला. तोफेचा आवाज जरी ऐकला तरी कामावर येऊन जायला हवं, असा नियम झाला. अण्णांच्या बाबतीत तरीही मला शंका आहे. या सर्व सवलतींचा अण्णांनी कधी फायदा घेतला असेल, असं मला वाटत नाही. दहाच्या ठोक्याला ते कामावर जात असणार. मग तोफ होवो अथवा न होवो. अण्णांनी आजपर्यंतच्या काळात घड्याळ वापरलं नाही; पण वेळ वापरली. तुम्ही आम्ही घड्याळ वापरतो ते दिलेल्या वेळेपेक्षा किती उशिरा पोहोचलो एवढंच पाहण्यासाठी. इथं उशिरा पोहोचणं ही अवस्थाच नाही.
अद्यापि, अगदी आज, या घटकेला ते या व्रताचं पालन करीत आहेत. त्यांना

एकट्यांना कुठं जायचं असेल तर प्रश्नच नाही; पण घरातल्या सगळ्या मंडळींना जरी एकाच ठिकाणी जायचं असलं, तरी ते अर्धा-पाऊण तास अगोदर निघतील. '' तुम्ही सगळे मागून या, रिक्षा करून. मी होतो पुढं. '' असं म्हणून चपला अडकवून ते चालत निघून जातील. ज्यांनी आमंत्रण दिलं असेल, त्यांचीदेखील पाहुणे वेळेवर येणार ही अपेक्षा नसताना, अण्णा तिथं वेळेवर हजर असतील आणि रिक्षा करूनही उशिरा पोहोचणाऱ्या आम्हा सर्वांचं यजमानांबरोबर स्वागत करतील. आमच्या घरातील प्रत्येकजण कसा काही बाबतीत स्वयंभू आहे. आमच्या सहवासात राहून अण्णा बिघडले नाहीत आणि आम्हीही नियमितपणाचा ' बट्टा ' स्वत:ला लागू दिला नाही.

कलाकाराची जात. रमले की रमले. कलानिर्मितीत एकदा तंद्री लागली की लागली. मग ' दुनिया डूब गयी...' या इतर लोकांच्या रास्त समजुतीला अण्णांनी सुरुंग लावला आहे आणि इतर कलावंतांचं पण नाव घालवलं आहे.

अण्णांनी जीवनात व चित्रात नानाविध रंग भरले; पण ते सर्व वेळ भरायच्या आत. पेंढारकरांची, ललितकलादर्शची आणि अण्णांची पत्रिका जुळली ती याच कारणास्तव. नाटक वेळेवर सुरू करण्याचा तो लौकिक ललितकलादर्श आजही सांभाळून आहे.

याच्या उलट अस्मादिक.
सगळ्याचाच मोह. गप्पांचा, मित्रांचा, गाण्याचा.
मुंबईला येईपर्यंत पुण्यातलं आमचं आयुष्य अगदीच सरधोपट, अळणी. मुंबईत आलो आणि चक्रावून गेलो. दिपून गेलो.
शेजारीच व्हायोलिनचा क्लास. तिथं आम्ही गुंगलो की गुंगलो. संगीताचं अण्णांनाही वेड; पण त्यातही त्यांनी स्वराइतकाच ताल आणि तालापेक्षाही त्यातला 'काल' लक्षात ठेवला, जोपासला.
संगीताचे प्राथमिक धडे मला दिले ते अण्णांनी. माझ्या वयाच्या सातव्या-आठव्या वर्षी अण्णांनी मला हार्मोनियमचे पाठ दिले. तेही नाटकातल्या गाण्यांचे.
' सज्ज करूनी चापमदन, ' ' कठिण कठिण कठिण किती, ' ' दे हाता शरणगता, ' ' काय वधिन मी ती सुमती, ' ' धिक्कार मन साहिना ' - सारखी गाणी त्यांनी स्वत: गाऊन आणि वाजवून मला शिकवली आहेत.
त्यावेळी कै. गंगाधरपंत लोंढे आमच्या घरी खूप वेळा यायचे. भाऊबिजेला तर यायचेच यायचे. ताईकडून ओवाळून घ्यायचे. कपाळाचं उभं कुंकू न पुसता घरातून निघायचे.
म्हणायचे, '' मी बहिणीच्या घरी गेलो होतो, हे अख्ख्या पुण्याला समजायला हवं. ''

लोंढे घरी आले की मुद्दाम आतल्या खोलीत जाऊन, हार्मोनियम काढून मी जोरात म्हणायचो,
" धिक्कार मन साहिना. "
अण्णा आणि लोंढे एकमेकांकडे पाहून हसायचे.
- हार्मोनियमचं तत्त्व समजलं. स्वरज्ञान होतंच. मी मग त्या काळातली एकूण एक भावगीतं, सिनेमातली गाणी सर्रास वाजवू लागलो.
अण्णांच्या गळ्यातून मात्र नाट्यसंगीतापलीकडे एकही गाणं आलेलं मी ऐकलं नाही. तोंडून पण नाही आणि हार्मोनियममधून पण नाही.
हार्मोनियम शब्दात ' हार्मनी ' आणि ' नियम. ' त्यातल्या त्यात अण्णांची जवळीक नियमाशीच. चातुर्मासात जसा लसूण-कांदा वर्ज्य, त्याप्रमाणं अण्णांच्या गळ्याला इतर गाणी बारमास वर्ज्य. नाट्यसंगीताला मात्र त्यांचा आवाज, तसा बारीकच पण सुरेल - खडा लागतो.

आणि हाच त्यांचा खडा आवाज अगदी जड झालेला मी १९४५ साली प्रथम ऐकला. सिंधुताईचं लग्न जळगावला झालं तेव्हा.
" इदम् मम कन्या... " म्हणताना अण्णांच्या तोंडून शब्द फुटत नव्हता. स्वत:चं नाव, गोत्र सांगताना त्यांचा आवाज कोंडला होता... एका परीनं ते बरं झालं. अण्णांचं (आणि अर्थात आमचंही..) गोत्र ' जमदग्नि ' असण्यात, ' परमेश्वराची करणी, नारळात पाणी ' - या उक्तीतही परमेश्वर उणाच पडल्यासारखा वाटतो. शेषशायी भगवंताला यात एक्झॅक्टली कुणाची चेष्टा करायची होती कळत नाही. जगदग्नीची की अण्णांची?
अण्णांचीच अर्थात. कारण जमदग्नीच्या वाट्याला जाण्याची भगवंताची टाप नाही. त्यामुळे प्रत्येक धर्मकार्यात जमदग्नि गोत्र सांगताना अण्णांना काय वाटतं ते सांगता येत नाही. आमचं ठीक आहे. आणि आणखीन पुढच्या पिढीचा, म्हणजे माझा मुलगा सुहास - त्याचा विचार केला, तर नुसतंच ' जमदग्नि ' गोत्र न सांगता चांगलं ' डी-लक्स जमदग्नि ' सांगावं लागेल. यातली ' डी-लक्स 'ची पुरवणी त्याला त्याच्या आईकडून मिळाली असेल ' ऐसा मुझे शक है ' (पत्नीबाबत बोलताना मातृभाषेपेक्षा राष्ट्रभाषेचा आधार जास्त वाटतो.) अस्तु.
- कन्यादानाच्या वेळी अण्णांचा तसा तोल गेलेला मी पाह्यला तो माझ्या वयाच्या तेराव्या वर्षी. आवाज खर्जात गेलेला आणि डोळ्यांत ' मेघमल्हार. ' त्यांचं ते दु:ख मला कसं कळावं?

त्यांची मोठी दु:खही आम्हाला समजली नाहीत आणि त्यांची छोटी दु:खही समजली नाहीत.

माझ्या बहिणीच्या लग्नाच्या वेळी अण्णांचा लेखसंग्रह प्रसिद्ध व्हायचा होता. आपल्या चालीरीती, संस्कार, मुलीनं समाजात आणि सासरी कसं वागावं - याचं मार्मिक विवेचन करणारी ती सहा पत्रं होती. त्या संकल्पित लेखसंग्रहाचं नाव होतं ' आमचा आहेर. ' जळगावपर्यंत लग्नाला येणाऱ्या प्रत्येक व्यक्तीला एकेक प्रत देण्याची अण्णांची इच्छा होती. प्रकाशनाची जबाबदारी कै. य. गो. जोशी यांनी घेतली होती. पण ऐनवेळी कागदाचा कोटा मिळाला नाही. दिवस युद्धाचे होते. पुस्तकाची चौकशी करण्यासाठी ताई य. गो. जोशी यांच्याकडे गेली होती. भर दुपारची ती उन्हाची अशी परतली. त्यावेळी पुस्तक प्रकाशित होऊ शकणार नाही, हे सांगताना ताईचे डोळे भरभरून आले होते.

अण्णा शांत होते.

अंतर्यामी ते नक्की दुखावले असणार. त्याची कल्पना त्या वयात आली नाही. आज येते. कारण आज पुस्तक प्रकाशित होणं, यातला आनंद काय असतो याची कल्पना आलेली आहे. दीडशेच्या वर कथा प्रसिद्ध होऊनही, प्रत्येक वेळी नवी कथा छापून येण्यामागचा माझा आनंद आणि अधीरता संपलेली नाही. अजून सगळं नवं वाटतं. तेव्हा त्या वेळी वरकरणी शांत वाटलेल्या अण्णांना, अंतर्यामी क्लेश झाले नसतील कशावरून?

पुस्तक नव्हतंच. मग लग्नमंडपात अण्णांनी हस्तलिखिताचं वाचन केलं. तरीही कन्यादानाबद्दलचा भाग वाचताना त्यांचा संयम कोसळलाच. तो भाग मग दुसऱ्यानं कुणीतरी वाचून दाखवला.

अण्णांचं ते पहिलंवहिलं पुस्तक अद्यापि प्रकाशित होऊ शकलं नाही.

मोठी गंमत वाटते मला आज.

आपले वडील लेखक, कवी आणि चित्रकार आहेत - या त्यांच्या गुणांचं मला तेव्हा काय वाटत होतं, याचा उलगडा आजही मला होत नाही.

त्यांच्या लिखाणाचे, चित्रांचे, छायाचित्रांचे, त्यांनीच केलेले संग्रह घरात होते. पुरुषभर उंचीची पेंटिंग्ज घरभर लावलेली होती. त्या सगळ्याचं कौतुक वा महत्त्व त्या काळात समजलं नव्हतं.

आज आता ते सर्व पाहताना अनेक गोष्टी समजतात.

‘ ब्रह्मदेवाला काटकसरीची सूचना ’ - या त्यांच्या विनोदी लेखाला त्या काळात पहिलं बक्षीस मिळालं होतं.
‘ बरिदुल्ला अथवा शांतीची गोष्ट ’ - या कथेला, (त्या काळी गाजलेल्या शंभर कथा) - ‘ माझ्या आवडत्या गोष्टीत ’ स्थान मिळालं होतं. ‘ भो, भो, भो ’ या कुत्र्यावर केलेल्या उपहासगर्भ कवितेला, त्या काळातल्या प्रातिनिधिक काव्यसंग्रह ‘ उपहासिनी ’ - यात समाविष्ट होण्याचं भाग्य लाभलं होतं.
अण्णांनी कविता केल्या, कथा लिहिल्या आहेत. विनोदी लेख अद्यापि लिहितात. प्रवासवर्णनं पण लिहिली आहेत. त्या काळात प्रत्यक्ष प्रवास न करता प्रवासवर्णनं करण्याचा खटाटोप कुणीतरी केला. अण्णांनी त्याला उत्तर म्हणून एक लेख लिहिला. कोणत्या तरी किल्ल्याचं वर्णन आवश्यक म्हणून ‘ भानगड ’ हे गडाचं नाव घेतलं. लेख टोपण नावानं लिहिला. ‘ श्रीयुत मी ’ हे नाव घेऊन. पु. श्री. काळे, अण्णा- साहेब काळे, चित्रकार काळे या तीन व्यक्ती समजून त्यांचा तो ‘ भानगड ’चा प्रवास - अशी कल्पना होती.
‘ शिव्या देण्याची कला ’ हा विनोदी लेखही - लेखक - अडणीवरचा - या टोपणनावानं लिहिला होता.

त्यांच्या लेखणीतला उपहासगर्भ विनोद हा त्यांच्या स्वभावाचा स्थायीभाव आहे. जिथली वांगी बिनबियांची आणि चविष्ट अशा कृष्णा नदीकाठचा, आणि इतिहासात बुद्धिमत्तेबद्दल दबदबा असलेले नाना फडणवीस यांचं गाव मेणवली, तिथला अण्णांचा जन्म. फडणविसांच्या वाड्यावरून वाहत येणाऱ्या वाऱ्यानं, वाड्यातल्या स्फुल्लिंगांचा वर्षाव, जमदग्नि गोत्र अकारण सांगणाऱ्या या ‘ पुरुषोत्तमा ’वर केला नसेल कशावरून?
तसंच चातुर्य, विनोद आणि उपहास.
स्वत:च्या काळ्या वर्णाबद्दल ते म्हणतात,
“ एकदा माझ्या हातून काहीतरी चुकलं. त्याची मला लाज वाटली. इतकी, इतकी, की तेव्हापासून मी जो काळा पडलो तो पडलोच. ”
कुणाच्या घरी पहिल्यांदाच जायचं असलं म्हणजे मग ते ताईला म्हणतात,
“ अगोदर तू पुढे हो. नंतर सिंधू येईल. त्यानंतर वसंता आणि शेवटी मी येईन. म्हणजे मग त्या लोकांना धक्का बसायला नको. ”
गोरेपणात आमची ताई पहिली, खालोखाल बहीण. नंतर मी. तेव्हा अण्णा असं मुद्दाम बोलतात.
हीच वृत्ती त्यांच्या लेखनात जशीच्या तशी उतरली आहे. अगदी अलीकडचं

उदाहरण म्हणजे, तीन एक वर्षांपूर्वीचं. श्री. के. नारायण काळ्यांना भेटायला अण्णा गेले, तेव्हा त्यांना कुत्रा चावला. त्या प्रसंगावर अण्णांनी जो लेख लिहिला, त्याचं लांबलचक नाव होतं-

' गोऱ्या काळ्यांचे काळे कुत्रे काळ्या काळ्यांना चावले. '

त्यावेळी रोज न कंटाळता, कपाळाला आठी न घालता ते हॉस्पिटलमध्ये पोटावर इंजेक्शनं घ्यायला जात होते. आम्ही दिवसातून हजार वेळा के. नारायण काळे यांच्या कुत्र्याचा उद्धार केला असता आणि चौदा इंजेक्शने घ्यावी लागतात यावर वैतागलो असतो. पण अण्णांची ती वृत्ती नाही. त्यांची ती वृत्ती नाही, म्हणूनच त्यांनी एवढा प्रपंच केला. गरिबीला तोंड दिलं. हालअपेष्टांत ताठ राहिले. त्यांनी दुसरा विवाह केला, तेव्हा ते चाळीशीजवळ पोहोचले होते. परवाच माझा एक स्नेही म्हणाला,

" वसंत, आज चाळीशीच्या वयात तू किंवा मी लग्नाला उभे राहिलो, तर आपला भावी सासरा आपल्या छातीवर दहाबारा बुक्या मारून बघील, आपली ताकद पाहील. "

आम्ही तेव्हा खूप हसलो. पण तो म्हणाला ते खरं होतं. चाळीसाव्या वर्षी दुसरा विवाह करून, अण्णांनी पस्तीस वर्षं तोही संसार यशस्वीपणानं करीत आणला आहे. हे कशाच्या जोरावर झालं? - अण्णांचा जीवनरथ कोणत्या चाकावर चाललाय? मला माहीत आहे. एक चाक आहे अविरत कष्ट करणारं आणि दुसरं आहे प्रसन्न वृत्तीची जपणूक करणारं. कोणत्या रंगात कोणता रंग मिसळल्यावर कोणता रंग तयार होतो, एवढंच या वास्तववादी चित्रकारानं जाणलं नाही, तर जीवनाला आवश्यक असलेले रंग ते शोधत राहिले. देत राहिले. जीवनाची चव त्यांनी, तसे प्रसंग येऊनही, बिघडवून दिली नाही.

चार-पाच वर्षांपूर्वी त्यांना पडसं झालं. ते चांगलं दीर्घ काळ टिकलं. बऱ्याच दिवसांनी ते गेलं आणि जाताना ते अण्णांचं घ्राणेंद्रियही घेऊन गेलं. त्या दिवसापासून अण्णांना कशाचाही वास येत नाही. कांदा नाही, स्वयंपाक नाही, की अत्तर नाही. पण या गोष्टीचा खेद त्यांनी चुकून व्यक्त केला नाही.

समोर मार्केट आहे. कचरा न्यायला म्युनिसिपालिटीची मोटार आली की आम्हाला गॅलरीत उभं राहवत नसे. पण अण्णा मात्र मुक्त झाल्याप्रमाणे गॅलरीत उभे राहू शकत. एकदा मला ते म्हणाले, " इथून पुढे जगात नव्या जातीचा सुगंध निर्माण व्हायचा नाही. दुर्गंधी मात्र निरनिराळी होईल. तेव्हा त्या त्रासातून मी सुटलोय की नाही? "

- मी थक्क होऊन पाहतच राहिलो. तरीही केव्हातरी अनवधानाने, लग्नाला, समारंभाला जाताना मी त्यांना सेंट लावायला पुढे होतो. आणि मग मला चोरट्यासारखं होतं. पानसुपारीला गेल्यावर रिवाज म्हणून ते अत्तरासाठी पालथा हात पुढं करतात. अत्तर लावून घेतात. न बोलता.

मला हे सर्व जाणवतं. का जाणवू नये?
- १९४७ साली ताई बाहेरगावी गेली होती. तेव्हा अण्णा केवळ वासावरून स्वयंपाक करायचे. मी आणि अण्णा दोघंच मुंबईत राहिलो होतो. अण्णा सकाळी ८ वाजता घर सोडून ९ च्या ठोक्याला राजकमलमध्ये हजर व्हायचे. आठच्या आत सगळा स्वयंपाक करून अण्णा घर सोडायचे. अण्णांची पेटंट म्हणजे कढी. ही कढी मात्र अशी तशी नाही. राजेशाही, संस्थानी कढी - सायीसकट दही, लोणी न काढता ताक, नारळाची अर्धी वाटी. वासावरून कढीची पारख व्हायची आणि शेजारचे भागवत, पंडित कढीत त्यांचा वाटा सांगायला यायचे. मग एखाद्या रविवारी, अण्णांच्या सुपरव्हिजनखाली त्यांच्या घरी कढी व्हायची.

एकदा अण्णांनी केली श्रावण घेवड्याची भाजी. त्यांचा स्वयंपाक चालू असताना मी दोघांसाठी कोको तयार केला. पण तेवढ्यात भाजीतलं पाणी पार आटलं. भाजीची थोडी चव घेतली तर गूळ कमी आणि तिखट जास्त - अण्णांनी काय करावं? - त्यांनी कोकोचे दोन्ही कप भाजीत ओतले. भाजी ' ए वन् ' झाली. सँपल म्हणून शेजाऱ्यांना थोडी थोडी देण्यात आली. तिची चव अशी काही जमली होती, की ' कशी केली? ' म्हणून सौ. शांताबाईंनी विचारायला सुरुवात केली. अण्णांनी रीत सांगितली.
दुसऱ्या दिवशी शांताबाईंनी येऊन सांगितलं, '' भाजी तयार आहे, कोको तयार आहे, पण भाजीत ओतण्याची आपली ताकद नाही. तुम्ही चला. ''

कशात काय कमी आहे? - काय हवं आहे? - जे कमी आहे ते कसं मिळवता येईल? - अजिबात मिळणार नसेल तर काय, या योजना सतत चालू होत्या. त्यासाठी अविश्रांत श्रम. ते श्रम करता यावेत म्हणून प्रसन्न वृत्तीची जोपासना - ती आजतागायत - मी त्यांना विचारलं,
'' अण्णा, मुंबईला केव्हा येणार? ''
'' ललितकलादर्शच्या नव्या नाटकाची बातमी ऐकतोय. चंदू आता पडदे करायला बोलावील, तेव्हा यावं लागेल. ''

असे अण्णा - माझे एके काळचे रूम-पार्टनर. सध्या पुण्यात आहेत. श्री. पेंढारकरांच्या आमंत्रणाची वाट पाहत आहेत. तिथं ते स्वस्थ नाहीत. नेपथ्यावरची लेखमाला त्यांनी नुकतीच संपवली. ताई आता कथा-कीर्तनाच्या मागे लागलीय आणि अण्णा अजून नवीन कामाच्या शोधात आहेत. परवा ताई म्हणाली, '' पुरे झालं काम. माझ्याबरोबर कीर्तनाला चला. पाहा कशी कथा रंगते ते... '' त्यावर अण्णा मिश्कीलपणे म्हणतात, '' नको. तू एकटीच जा. तुला विमान न्यायला आलं की आम्ही पाहू. '' हे सगळं मी पाहतो, ऐकतो आणि असे प्रसंग माझ्या भोवती फेर धरून विचारतात, 'क्या, यह भी याद नहीं?' - आणि मी ओळखीची अंगठी शोधत राहतो.

नोव्हेंबर, १९६४

हे पुन्हा पुन्हा का लिहायचं? कुणासाठी लिहायचं? कशासाठी लिहायचं? लिहून काय साधणार? - अशी थोरामोठ्यांची चरित्रं वाचून खरोखरच कोणी सुधारतो का? - अनेक प्रश्नांची मनात दाटी होते. लिहायला बसण्यापूर्वी वारंवार विचार करावासा वाटतो. खूपदा आवर्जून आपण काही लिहावं असं वाटतच नाही. वाटतं, अण्णा ही व्यक्ती मला समजू शकली, ती ज्या घटनांमधून ती व्यक्ती गेली त्या मला माहीत आहेत म्हणून. त्या त्या घटनांच्या वेळी त्यांनी जे निर्णय घेतले, त्यावरूनच त्यांची ओळख होऊ शकली. मनाचा मोठेपणा नव्यानं आकलन झाला. पण हे सर्व सांगायला बसलो तर अनेक मर्यादा पडतात.

कोणत्या? -

तर त्या सर्व घटना मी जाहीरपणे सांगू शकणार नाही. त्या घटना कितीही खऱ्या असोत, प्रामाणिक असोत, नि:पक्षपातीपणानं सांगायच्या असोत, पण त्या सांगता येत नाहीत. सत्य जेवढं कटू असतं, त्याच्या कितीतरी पट अधिक ते मुकं असतं. किंबहुना आपणच ते मुकं बनवतो. कारण सत्याला जेव्हा वाचा फुटते, तेव्हा माणसाची वाचा बसते. एवढ्यासाठीच सत्यानं मुकं असणंच सर्वांना परवडतं. लेखकाला आणि वाचकालाही !

आणि इथं चरित्र - आत्मचरित्र या वाङ्मयप्रकाराची कुचंबणा होते. अद्‌भुतरम्य गोष्टींची आवड माणसाला उपजतच असते. सत्य हे कल्पिताहून जास्त अद्‌भुत असतं. पण सत्यातून जन्मलेल्या अद्‌भुत गोष्टी माणसाला चरित्रातून सांगितलेल्या मानवणार नाहीत. त्या घडलेल्या गोष्टी लिहिता येत नाहीत. म्हणूनच आवर्जून लिहावंसं वाटत नाही. कारण त्या घटना जर मोकळेपणानं लिहिता आल्या, तरच अण्णांच्या स्वभावाची कल्पना वाचकांना येणार. त्या मी लिहू शकणार नाही. म्हणूनच अण्णा मला जेवढे मोठे वाटले, तेवढे इतरांना वाटणार नाहीत. मग हे लिहिण्याचा हेतूच फसेल.

हे का लिहायचं ?

तरीही केव्हा केव्हा उसळी आवरत नाही. व्यवहारी संकेतांच्या कक्षा सांभाळूनही काही सांगण्यासारखं उरतं. या विचारांनी उचल खाल्ली, की टाकाचा मार्ग सरळ सरळ होतो. चढ राहतच नाही. उतारच सर्वत्र. आपोआप वेग येतो.

हे केव्हा घडतं?

सर्व प्रश्नांची उत्तरं जवळच आहेत, याचा उलगडा झाला म्हणजे हे घडतं. तो उलगडा आज पुन्हा एकवार नव्यानं झाला आहे.

रात्रीचे ११ वाजले आहेत. नुकतेच मी व वसुंधरा बाहेरून परतलो आहोत. एका मित्राबरोबर आम्ही एका महाराजांच्याकडे गेलो होतो. खूप वर्ष साधना करून महाराजांनी सिद्धी प्राप्त करून घेतली असं समजलं होतं. आम्ही भेटायला गेलो होतो.

महाराजांकडे मी काय मागणार होतो....? ब्लॉक..? दाराशी मोटार..? नोकरीत बढती? -

यापैकी काहीच नाही. आहे ही परिस्थिती चांगलीच आहे. माझी मागणी यापेक्षा निराळी होती. जप, तप, साधना, साक्षात्कार याबाबत मला महाराजांबरोबर नुसतं बोलायचं होतं. बोलायचं होतं म्हणण्यापेक्षा, त्यांना बोलतं करून त्यांचे विचार ऐकायचे होते. वस्तुत: एखादी नवी कल्पना सुचणं हाही एक साक्षात्कारच असतो. पुढल्या क्षणी आपल्याला काही सुचणार आहे, याची जाणीव त्याच्या अलीकडच्या क्षणालाही नसते. तेव्हा काही तरी विलक्षण सुचणं, आपल्याला ते शब्दबद्ध करायला लावणारं चैतन्य हाही साक्षात्कारच अशी माझी धारणा आहे. संगीत, सुगंध, सौंदर्य यांच्या सान्निध्याने येणारी धुंदी, कोणताही उत्कट कलाविष्कार अनुभवल्यावर येणारे उदात्त औदासिन्य, हे सर्व साक्षात्कारच आहेत असं मी मानतो. या पलीकडे मूर्त स्वरूपात काही साक्षात्कार असू शकतो का, आणि असला तर त्याचा प्रत्यय येण्यासाठी काय करावं, याबाबत त्यांचे विचार मला ऐकायचे होते.

मी तिथं जाताच मी कोणते विचार घेऊन आलोय, हे महाराजांनी मी न सांगता ओळखलं आणि त्यांच्या साधनेची प्रचिती तिथंच दाखवली. त्यांनी नंतर माझ्या मनातला उद्देश जाणून बोलायला सुरुवात केली. ते म्हणाले,

" प्रत्यक्ष स्वरूपात साक्षात्कार होऊ शकतो. मात्र साधनेचे मार्ग निराळे आहेत. केवळ मानसपूजेनं तो साक्षात्कार होणार नाही. तुमच्या मानसिक बैठकीचं स्थान वाढेल, पण आपण जगताना देह धारण करून जगतो. तेव्हा मानसिक साधनेबरोबर देहही वाकायला हवा, राबायला हवा. देहाला सवय जडवून घेतल्याखेरीज मूर्त स्वरूपात काहीच समोर प्रकट होणार नाही... "

हे विचार घेऊन मी घरी परत आलो. रात्री ११ चा सुमार होता. कपडे बदलले आणि सहज टेबलाकडे नजर गेली आणि अपराधीपणाची जाणीव पुन्हा एकवार झाली.

टेबलावर अण्णांचं पुण्याहून आलेलं पत्र होतं.

त्याला उत्तर लिहायचं राहून गेलं होतं. मी पाठवलेल्या पत्राला आलेलं ते उत्तर होतं.

माझ्या डोळ्यांसमोर पुण्याचा बंगला एकदम उभा राहिला...

पोस्टमननं दारातून माझं पत्र टाकताच ते अण्णांना मिळालं असणार; स्वत: पत्र वाचून अण्णांनी लगेच ते ताईला मोठ्यांदा वाचून दाखवलं असणार; आणि मग लगेच ते आपल्या एवढ्याशा खोलीत गेले असणार. त्या एवढ्याशा खोलीत म्हणजे जेमतेम ६'× ६' च्या खोलीत. तिथं एक छोटंसं म्युझियम आहे. त्यांचा निजायचा पलंगच काय तो जेमतेम रिकामा आहे. बाकी सर्वत्र अल्बम्स, लहानमोठे कार्डबोर्डचे डबे, एक छोटंसं टेबल आणि पेंटिंग्ज! - टेबलाचा उपयोग लिहिण्यासाठी मात्र सहसा नाहीच. कारण टेबलावर पुन्हा अल्बम्स, मासिकं आणि कार्डबोर्डच्या छोट्या मोठ्या पेट्या. लिखाणाचं काम करायचं ते मांडी घालूनच - टाक-दौत घेऊन. त्याप्रमाणे ते खोलीत गेले असणार. एका बैठकीत पत्र पुरं केलं असणार त्यांनी. ते लगेच ताईला त्यांनी वाचून दाखवलं असणार, आणि त्याही पुढची गोष्ट म्हणजे चपला अडकवून ते पत्र टाकायला लगेच बाहेर पडले असणार. हेच त्यांचं वैशिष्ट्य. पत्र लिहून झालं की ते घरात पडणार नाही, तर पेटीतच पडणार. हा त्यांच्या आमच्यात फरक. आम्ही पत्र लिहून टाकतो म्हणजे लिहितो, पण नंतर पेटीतच टाकतो असं नाही. तर खिशात टाकतो, टेबलावरच टाकतो. पण अण्णा खऱ्या अर्थानं पत्र लिहून टाकतात. पुण्याची पोस्टाची पेटी घराच्या बाहेरच आहे, पण इथं मुंबईत असताना ते तीन जिने उतरून, केवळ पत्र टाकण्यासाठी खेप करीत असत. मग दुपारचं ऊन असो, पाऊस असो किंवा वेळ रात्रीची असो. त्यामुळे अण्णांची पत्रं नुसती लिहिली जायची नाहीत, तर ती चक्क पोहोचायचीही.

पत्र लिहिणं इतक्या साध्या गोष्टीसाठी त्यांचा देह वाकतो, राबतो आणि त्याचं फळ त्यांना मूर्त स्वरूपात दिसतं.

आध्यात्मिक भाषेत महाराजांनी हेच सांगितलं होतं.

अर्थातच, अशाच गोष्टींची अपेक्षा ते आमच्याकडून करत असल्यास त्यात नवल काय?

सौ. वसुंधरा आणि तिची धाकटी बहीण विजया, या दोघींनी अण्णांकडे चित्रकला शिकण्याची इच्छा प्रदर्शित केली. शिकवण्याची त्यांना दांडगी हौस. त्यावेळी अण्णा राजकमलमध्ये जाण्यासाठी ८। ते ८॥ ला घर सोडत. ७॥ ते ८। ही शिकवणीची वेळ ठरली. ठरलेल्या दिवशी अण्णा ७॥ ला अंघोळ आटपून दोन वह्या तयार ठेवून, पेन्सिलींना टोकं करून ठेवून शिष्योत्तमांची वाट पाहत बसले. या दोघींचा तो पहिला आणि शेवटचा दिवस शिकवणीचा. पण त्याबाबत कधीही

अण्णांना राग नाही. सुनेला घरात त्यावरून बोलणं नाही, काही नाही. मीच कधी कधी विजू आली, की मुद्दाम अण्णांना सांगायचो, ' अण्णा, तुमची शिष्या आली. ' त्या दोघींसाठी घेतलेल्या वह्यांची अण्णांनी स्वत:साठी स्केचबुकं करून टाकली. ही बाब तर मी म्हणेन थोडी मोठी झाली, त्याहीपेक्षा छोट्या गोष्टींत त्यांनी किती रस घ्यावा?

सुहासनं प्लॅस्टिकच्या रंगीबेरंगी तुकड्यांचा बंगला केला. बंगला खरोखरच अप्रतिम झाला होता. आम्ही कौतुक करून तेवढ्यावरच थांबलो. पण अण्णा म्हणाले,

" या घराजवळ झाड हवं एखादं. "

एवढं बोलून दुपारचे - उन्हाचे - अण्णा चपला घालून निघाले.

" कुठं निघालात? " मी विचारलं.

" एक कोथिंबिरीची जुडी आणतो, त्याचं झाड होईल चांगलं. "

" मी जातो मग. "

" तुला कळणार नाही कशी जुडी हवी ते. "

एवढं बोलून ते गेलेही. कोथिंबिरीची जुडी झाडासारखी लावून ते थांबले नाहीत, तर त्यांनी मला त्या घराचे फोटो काढायला लावले.

उत्साह असावा तर असा. छोट्याशा गोष्टीतही रस घेण्याची वृत्ती असावी तर अशी. नुसता रस घेण्याची वृत्ती असणं वेगळं आणि त्यासाठी अंग मोडून राबण्याची वृत्ती असणं वेगळं. कलासक्त मन, कलासक्त नजर आणि कलोपासक देहही. त्यातील नजर सर्वात महत्त्वाची.

म्हणूनच जेव्हा डोळ्यांच्या डॉक्टरकडे धावायची वेळ आली, तेव्हा अक्षरश: काजवे चमकले डोळ्यांपुढे. गवयाला कान हवा, तसा चित्रकाराला डोळा. गवई कानानं जगतो, तर चित्रकार डोळ्यानं.

त्यामुळे अण्णा जेव्हा म्हणाले, " डोळ्यापुढे सर्वत्र काळे ठिपके दिसतात.. " तेव्हा काही सुचेना. आम्ही नेत्र विशारदाकडे गेलो. डोळे तपासणी झाली. रिपोर्टसाठी परत बोलावण्यात आलं. मी गेलो. डॉक्टर म्हणाले, " या व्याधीवर काही उपाय नाही. हे असंच कायम राहणार. " एवढ्या मोजक्या आणि तुटक उत्तरावर आमची बोळवण झाली.

दोन दिवसानंतर पुन्हा एका ऑफिसातल्या सहकाऱ्याला घेऊन मी त्याच डॉक्टरांकडे गेलो. तो सहकारी डॉक्टरांचा नातेवाईक होता. त्याच्याबरोबर गेल्यामुळे डॉक्टर व्यवस्थित तरी बोलतील हा कयास; पण डॉक्टर भडकले. ते म्हणाले, " माझ्या नातेवाईकांबरोबर आलात म्हणजे रिपोर्ट बदलेल काय? - डोळ्यांच्या पृष्ठभागावर रक्ताचे थेंब फिरतात. केव्हा तरी ते आपोआप खाली बसतात. तेव्हा त्यावर उपाय नाही. खुद्द मला हा विकार आहे, कळलं? "

- ते मला कळलं. अण्णांनाही कळलं.
आमच्या अद्यापि लक्षात आहे. अण्णांच्या नाही.
त्यांच्या कलासाधनेत खंड पडला नाही. त्या काळ्या डागांनी इजा केली ती डोळ्याला. नजरेवर त्यांना मात करता आली नाही. आणि कशी येणार?
व्याधी होतात त्या देहाला, मनाला नाहीत. डोळ्यांचा संबंध शरीराशी असला, तरी नजरेचं नातं आहे मनाशी, आत्म्याशी..
हे मन - हेच अजून तरुण आहे, टवटवीत आहे, प्रसन्न आहे; खेळकर आहे, गुणग्राहक आहे आणि मनाचे लाड पुरविण्यासाठी मनापुढे शरीरानं माघार घेतली आहे. ते शरीर कष्टांपुढे दंड थोपटून उभं राहतं.
नाहीतर अजून बाहेरगावी गेल्यावर हातात लँडस्केप फ्रेम आणि रंग घेऊन, बाहेर तास न् तास हिंडण्याची काय गरज आहे? या वयात, एवढी वर्ष साधना करूनही आता सृष्टिदेखावे रंगवण्याची काय जरुरी? - पण हे प्रश्न फजूल आहेत. आभाळ भरून आल्यावर पिसारा फुलवायचा, ही मोराची गरज होऊ शकते का? वसंतऋतूचं आगमन होतं, तेव्हा कंठ फुटणं ही कोकिळेची गरज होऊ शकते का? - छे, छे! ती केवळ अपरिहार्यता आहे. किंबहुना त्या भिन्न क्रियाच नाहीत. फुललेल्या मोरपिसाऱ्याशिवाय भरलेल्या आभाळाला पूर्णत्व येत नाही; ' कुहू ' ' कुहू 'च्या बोलांशिवाय वसंत हा ' वसंत ' वाटणार नाही; तसंच नवीन गाव, नवीन स्थळ पाहिलं ते कागदावर उतरवणं ही अपरिहार्यता आहे. ती हाक आहे आणि अण्णांनी त्याला दिलेली ती दाद आहे.

श्री. रामूभैय्या दाते मला म्हणाले होते, रसिक भेटल्याशिवाय कलावंत पुरा होऊच शकत नाही. रसिक हा कलावंताचाच एक भाग असतो. परमेश्वर हाही एक कलावंत आहे. तो एवढा महान कलावंत आहे आणि त्याने आपली कलाकृती इतकी प्राण ओतून घडविली आहे, की तो स्वत: कलाकृतीपलीकडे निराळा म्हणून उरलेला नाही. पण हा महान कलावंतही केव्हा पूर्ण झाला? - जेव्हा त्यानं मानवासारखा स्वत:ची बुद्धी असलेला रसिक निर्माण केला तेव्हा. त्या महान कलावंताला रसिक - दाद देणारा रसिक हवाच होता. पण तोही केवळ भाडोत्री, स्तुतिपाठक नको होता. प्रज्ञावंत रसिक हवा होता.
अण्णा तसे आहेत. प्रथम रसिक, मग कलावंत. प्रथम रसिक हे मुद्दाम म्हणतो, कारण अजूनही ते रसिकतेनं जीवन जगत आहेत. डोळ्यांवर परिणाम झाला असला तरी नजर अजून निसर्गावर, सृष्टीसौंदर्यावर झेप घेत आहे. त्यांचं घ्राणेंद्रिय केव्हाच काम देईनासं झालं आहे. त्यांना कसलाच वास येत नाही, गेली काही वर्षं. पण

जीवनातला, मनातला सुगंध तेवढाच जागा आहे. परमेश्वरानं निर्माण केलेल्या कलाकृतीला अण्णा दाद देतात अजून, तीही कलाकृती निर्माण करूनच. त्यांच्या त्या काळ्या वर्णाच्या हातातून, नानाविध रंग जेव्हा कागदावर उमटतात, तेव्हा वाटतं, ' विविध रंगांच्या मिश्रणानं पांढरा रंग निर्माण होतो ' या सिद्धांतात काहीतरी गफलत झाली काय? नक्कीच. पण नाहीच. हा सिद्धांत झाला दृष्ट जगाचा. जड वस्तूच्या जगाचा. आणि अण्णांच्या हातातून उतरणारे रंग आहेत ते त्यांच्या हिरव्यागार मनाचे - रसिकाचे - दाद देणाऱ्याचे.

श्री. रामूभैय्या म्हणतात त्याप्रमाणे, त्या कलावंताच्या या कलावंताने मांडलेल्या पूजेचे हे रंग आहेत.

हेच विविध रंग - सगळ्या शारीरिक उपाधींवर मात करून पडद्यावर उतरतात आणि पडद्याला टाळी घेतात.

प्रेक्षगारातल्या समूहासमवेत मी पण टाळ्या वाजवतो. पण माझ्या टाळ्या फक्त पडद्यालाच असतात का? मला आणखीन काय दिसतं?

अण्णांचे या वयातले कष्ट... त्यांचं चिरतरुण मन... ॲनासिन, ॲस्प्रो खिशात असलेला कोट... बसून, वाकून, उभ्यानं पडदे रंगवून उसण भरलेली, पण घरात न बोलता बेलाडोना प्लॅस्टरचा कागद चिकटवलेली पाठ... व्यवहारात सातत्यानं फसूनही राहिलेला हसरा चेहरा... नातेवाईकांनी, मित्रांनी केलेल्या अपमानांना अण्णांनी कलाकृतीत दिलेलं हे उत्तर, त्यांच्या-माझ्यात असलेली तफावत, आणखीन.. पण नाही, नाही सांगता यायचं.... कदाचित कळत नकळत या व्यवहारी जगातले न सांगता येणारे डाव सांगू लागेन, म्हणूनच,

मनात एकीकडे आपोआप प्रश्नमाला सुरू झाली आहे...

' हे का लिहायचं?... कुणासाठी?... कशासाठी?... '

नोव्हेंबर, १९६५

कॉलनीतलं कुणीतरी सांगत आलं,

'' तुमचा मुलगा स्कूटर घेऊन गेला. तुमची परवानगी आहे का त्याला? ''

– ' नाही ' म्हणालो असतो तर वाईट दिसलं असतं.

' हो ' म्हणालो, गप्प बसलो.

गप्प?

कसं शक्य होतं? – मनात काहूर माजलं होतं. सुहास सुखरूप परतेल असंच का वाटलं नाही? – प्रेम, वात्सल्य म्हटलं की प्रथम मनात वाईटच का यावं? – आपल्या देहात हे आपलंच मन आहे की वैऱ्याचं आहे? – कधीच कळणार नाही. पण एकामागोमाग जेव्हा वेडंवाकडं सुचत जातं, तेव्हा खुद्द मनच वैरी आहे असं वाटायला लागतं.

सुहास सुखरूप घरी परतला.

मी त्याला सौम्य शब्दात दम दिला.

मानेच्या एका झटक्यात त्यानं अवाढव्य वाढलेले केस आणि माझा दम झटकून टाकला.

'' सुहास... '' मी आवाज चढवला.

'' तुम्ही उगाच काळजी करता. '' एवढं बोलून तो आत निघून गेला.

'' उगीच? ''

मी तसाच थबकलो.

त्याचं चुकलं नव्हतं.

आता त्याचं रंगपंचमीचं पर्व सुरू झालं होतं. त्याचं वर्तुळ, त्याचे मित्र, गप्पा, पॉप संगीत, रेकॉर्ड प्लेअर, टेपरेकॉर्डर.

संकोच वाटतो

या कोलाहलात माझा आवाज त्याच्यापर्यंत पोहोचणार नाही.

केव्हातरी सुहासचं माझ्या चिंताग्रस्त चेहऱ्याकडे लक्ष जाईल, अशा अपेक्षेनं मी उभा होतो.

तेवढ्यात वसुंधरेनं विचारलं,

'' पत्र वाचलंत? ''

'' कुठाय? ''

'' टेबलावरच होतं. ''

पत्र सिंधुताईचं होतं. तिनं लिहिलं होतं,

' या शनिवार-रविवार येणार म्हणाला होतास. अण्णा तासभर फाटकात उभे होते. दिवसभर घरात त्यांच्या येरझाऱ्या चालल्या होत्या. '

मी पत्र टेबलावर ठेवून दिलं.

सुन्न होऊन बसून राहिलो.

नजरेसमोर ' श्रमसाफल्य ' आलं. फाटकापाशी वाट पाहणारे अण्णा दिसायला लागले. काळ बदलतो म्हणजे काय होतं याचा हा फार भेसूर अर्थ आहे.

आता माझा रूम-पार्टनर पुण्यात. मी इथे. आता वाट पाहण्याची भूमिका त्यांची. पळापळीची भूमिका माझी.

सुहासची मला जी काळजी वाटते, ती त्यांना माझी वाटते. ते बोलत नाहीत. नुसतं पाहतात. मी ' त्यात काय? ' - अशी मान उडवून जात नाही. जवळ जाऊन बसतो.

म्हणतो,

'' आत्तापर्यंत काही वाईट घडलेलं नाही. पुढंही घडायचं नाही. ''

त्यांचं समाधान होतं की नाही हे मला माहीत नाही. मला मात्र खुद्द माझ्या उत्तरात काही अर्थ नाही, हे उमजलेलं असतं.

माझ्या एक दिवसाच्या पुण्याच्या वास्तव्यात मी त्यांना दरवेळी हा धीर देतो. मघाशीच सांगितल्याप्रमाणे, आता अण्णा माझी वाट पाहत बंगल्यात राहतात. मी पुण्याला जातो तो एकाच दिवसासाठी. कधी कधी तर निव्वळ काही तासांसाठी. हे जाणंही हमखास घडेलच याची शाश्वती नाही; आणि गेलोच तर अपार लोभ करणारी मित्रमंडळी टपलेलीच असतात. बाळासाहेब कुलकर्णी, बंडोपंत गानू, डॉ. गोखले... घरी किंवा स्टेशनवर मोटार घेऊन माझं परस्पर हरण करतात. स्नेहाचा वर्षाव करून लाजवून टाकतात. या मंडळींच्या कोणत्या श्रीमंतीला भुलावं हेच कळत नाही. त्यांनी परस्पर माझ्या एका दिवसाच्या ठरवलेल्या वेळापत्रकातल्या मधल्या सुट्टीत मी ताईअण्णांना भेटायला बंगल्यावर येतो.

मित्रांच्या बाबतीत त्या कमलावराने - अनंतहस्ते उधळण केली आहे.
माझ्या एवढ्याशा ' दो करांत ' त्यानं तो वर्षाव पेलायला ताकद मात्र दिलेली नाही.
हस्तसामुद्रिकातलं मला काहीच कळत नाही; पण हातावर जेवढ्या रेषा आहेत, त्या सर्व ' मित्ररेषा ' आहेत असं मी समजतो.
पुंडलिकानं आईवडिलांसाठी पांडुरंगाला वीट फेकून कायमचं उभं राहायला लावलं. माझ्या बाबतीत उलट घडलं आहे का?
मुंबईला परतायला निघालो की सिंधुताई, भाचेकंपनी - अनिल, अजित, अभय... घरी असतील तर मेव्हणे शामराव आणि ताई, अण्णा सगळे फाटकापाशी जमतात. ताई-अण्णांकडे पाह्यलं की त्या क्षणी मनात विचार येतो, की मी घरात किती वेळ राह्यलो?... मी आईवडिलांना उभं केलंय विटेवर.
पुंडलिकाची कथा इथं संपते आणि इथून पांडुरंगाची कथा सुरू होते. अठ्ठावीस युगं विटेवर उभं राहून विठ्ठल रागावलेला नाही. विठ्ठलाचं ठीक आहे. पुरुष थांबू शकतो. रुक्मिणी चिडली नाही, हे कसं शक्य आहे?
आमच्या घरातली रुक्मिणीमाऊली चिडलेली आहे.
आईचं प्रेम टाकून बोलणारं आणि बोलून टाकणारं असतं. वडिलांचं प्रेम मुकं असतं.
बंगल्यात पाऊल पडताच ताई विचारते,
" किती दिवस आहेस बाबा? "
- भाचा म्हणतो,
" मामाला किती तास असं विचार. "
" जेवायला येतोयंस की नाही तेवढं सांग. "
समोर मित्रमंडळ उभं राहतं. माझ्यावर दरोडा घालून मला बाळासाहेबांच्या नजरकैदेत ठेवायचं, हे परस्पर मला आणि बाळासाहेबांना न कळवता गानूंनी ठरवलं असणार.... असा काहीसा विचार माझ्या मनात आलेला असतो.
मी गप्प राहतो.
हा आपल्या वाट्याला येत नाही, याचा सप्रेम राग अण्णांच्या स्वरात कधीच प्रकट झालेला नाही.
एकदोन गोष्टींची चौकशी करून झाली, की ते माझी पळापळ नुसती शांतपणे पाहत राहतात.
" तुझ्या नाटकाचं काय झालं? "
" वाचनाचा रौप्यमहोत्सवी प्रयोग परवाच झाला. "
" चंदूनं नाटक वाचलं की नाही? "
" वाचलं. "

- अण्णांच्या बारीक काळ्याभोर नजरेत एक संतोषाची हसरी लाट पापण्यांवर येऊन फुटते.

'' काय म्हणाला? ''

'' पुन्हा बसू या म्हणाले. ''

- ताईशी गप्पागोष्टी करायच्या आत कुणीतरी न्यायला येतं. मी बाहेर पडतो, तो गाडीत बसण्यापूर्वी सामान नेण्यासाठी बंगल्यावर येतो.

ताईला, अण्णांना नमस्कार आणि निरोप.

'' पुन्हा केव्हा? '' - अण्णा विचारतात.

'' असाच अचानक. ''

'' आमच्या सांगण्याचा काही उपयोग नाही. आम्ही नुसतं इथून सांगणार, सांभाळून राहा. '' ताई सांगते.

अण्णा गप्प असतात. मी सांगतो,

'' शांत राहा. कसलाही विचार करू नका. आत्तापर्यंत काहीही वाईट घडलेलं नाही. पुढंही घडायचं नाही. ''

अण्णा नुसती मान हलवतात.

रिक्षा हलते. राजकमल बंगल्यापाशी रिक्षा जाईतो फाटकातली सगळी मंडळी दिसतात. नंतर एक वळण आणि मग...

मग...

पुढचा रस्ता.

' पुढंही वाईट घडायचं नाही ' - या वाक्याचं मला हसायला येतं. यापूर्वी अनेकदा वाईट घडता घडता मी किती योगायोगानं बचावलो होतो, याचे अनेक प्रसंग समोर येऊन जातात. त्यातला एक जिवावरचा प्रसंग तर अण्णांवर आणि माझ्यावर एकदमच आलेला होता.

आयुष्यात जेवढं वाईट असतं, ते दुसऱ्याच्या आयुष्यात घडणार आहे असा प्रत्येकाला अहंकार असतो. धावती गाडी पकडताना मूर्खासारखे पडणार आहेत ते दुसरे. आपण स्मार्ट. लाल दिवा असतानाही रस्ता क्रॉस करताना कडमडणार आहेत ते दुसरे येडबंबू. आपण एफिशियन्टली पलीकडचा फूटपाथ गाठणार... वगैरे वगैरे.

अशाच कोणत्यातरी प्रसंगी मी अण्णांना विचारलं,

'' स्कूटरवर बसाल? ''

कशालाही ' नाही ' न म्हणणारे अण्णा ' हो ' म्हणाले.

तीन जिने उतरून आम्ही खाली आलो आणि मनात विचार आला, सत्तरी पार

केलेल्या अण्णांना स्कूटरवर बसायला लावणं फार cruel आहे.
मी टॅक्सीला हात केला. पण भाडं लांबचं नसल्यानं एकही हरामखोर थांबेना. आपण टॅक्सीवाल्यांचं काहीही करू शकत नाही. त्याची युनियन असते. आपली नसते. आणि माणुसकीनं वागा हे सांगण्यासाठी कोणत्याही युनियनचा जन्म होत नाही.
" चल, स्कूटर असताना टॅक्सी कशाला करायची? "
मी कॅरीयरवर बॅग बांधली.
कुणालाही स्कूटरवरून लिफ्ट देताना मला नेहमी कुठंतरी भीती वाटते. जर काही कमीजास्त घडलं तर त्या व्यक्तीचं आयुष्य आणि संसार, दोन्ही उद्‌ध्वस्त होईल. आणि त्याला आपण जबाबदार ठरू. मुंबईतली वाहनं आणि रहदारी साक्षात कौरवसेनेसारखी वाटते; पण त्यावेळी ' नायं हन्ति न हन्यते ' हा कृष्णाचा उपदेश काही आठवत नाही. आणि आठवला तरी वाटतं, मला आठवून काय फायदा? हे लोकांना आठवायला हवं...
- मनात हे असे विचार येतात. तरीही मी ओळखीच्या, बिनओळखीच्या माणसांना लिफ्ट देत आलोय. कारण केव्हा केव्हा मनात असेही विचार येतात, माझ्या पत्रिकेत आज अपघात असेल आणि या माणसाच्या पत्रिकेत तो नसेल, तर माझं संरक्षण होईल.
अशाच काही विचारांनी मी तेव्हाही मनाशी विचार केला,
फर्लांगाचं तर अंतर. वेळ ' मंगलप्रभात 'ची. काहीही व्हायचं नाही.
" अण्णा, चला. "
स्कूटरवर बसता बसता ते म्हणाले,
" मला भीती वाटते. "
" हात्तिच्या, थांबू या मग. टॅक्सी मिळेलच. ही नाही ती. "
अण्णा म्हणाले,
" तशी भीती नाही वाटत. पण मलाच जर नीट बसता नाही आलं, तर माझ्यामुळे तुला काहीतरी होईल याची भीती वाटते. "
मी थक्क झालो. गेल्या अकरा वर्षांत मी अगणित माणसांना लिफ्ट दिली आहे.
" आम्हाला नेशील ना नीट? " हा प्रश्न अनेकांनी विचारला.
" माझ्यामुळे तुला काही होणार नाही ना? " - अशी विचारणा करणारे एकटे अण्णाच.
आम्ही निघालो.
टिळक ब्रिजवर आमची स्कूटर आली. आमच्यामागे एक डबलडेकरचं धूड - जेमतेम दहा फुटांचं अंतर सोडून अक्षरशः चाल करून येत होतं. सेकंड गिअरमध्ये

गाडी ठेवून ॲक्सिलरेटर वाजवीपेक्षा जास्त दिला, की असा थरकाप उडवणारा आवाज येतो. स्कूटर बाजूला घेऊन त्या सैतानाला वाट देण्यासाठी जो अवधी लागतो, तेवढाही त्याला सहन होत नव्हता. तोपर्यंत टिळक ब्रिजचा उतार संपला. खोदादाद सर्कलला फेरी मारीत जेष्ठाराम बागेसमोर मी स्कूटर थांबणार, तोच मागच्या चाकातून वेडेवाकडे आवाज आले. पंधरावीस फुटांवर मी थांबणारच होतो, तो लगेच थांबलो. अण्णांना अगोदर उतरायला सांगितलं. मग मी उतरलो. स्कूटर स्टँडवर लावली. तर तिनं जमिनीवर लोळणच घेतली. पाहतो तो स्कूटरचं मागचं चाक संपूर्ण निखळलेलं. चार महत्त्वाच्या स्क्रूंपैकी तीन कधीच पडलेले.
इतका वेळ ते मागचं चाक एका स्क्रूच्या आधारावर धावत होतं...
हा शेवटचा स्क्रू कुठंही गळून पडू शकला असता. दोन मिनिटांपूर्वीसुद्धा. अगदी त्या डबलडेकरच्या पुढ्यातसुद्धा...
स्कूटर तशीच टाकून मी अण्णांना त्यांच्या मित्राच्या घरी सोडून आलो.
आणि नंतर नाना तऱ्हेचे विचार मनात आले. वर्तमानपत्रातले मथळे समोर दिसून गेले...
‘ नेपथ्यकार पु. श्री. काळे आणि लेखक व. पु. काळे यांचे..... वगैरे वगैरे. ’
अशा अनेक अपघातांतून मी चुका होऊनही, फार थोड्या फरकानं बचावलेलो आहे आणि जागरूक असताना सापडलो पण आहे.
मुहब्बत ‘ की ’ नहीं जाती, ‘ हो ’ जाती है... या वचनाप्रमाणे योगायोगांची ही मालिका पाहून, अपघातांच्या बाबतीत म्हणावंसं वाटतं,
“ अपघात किया नहीं जाता, ‘ हो ’ जाता है । ”

अर्धांगवायू?
आणि तोही अण्णांना?
मेव्हण्यांचं पत्र आलं, तेव्हा हाही मला मोठा अपघातच वाटला.
१९६७ साल.
मी तेव्हा ललितकलादर्श नाट्यसंस्थेचा इतिहास लिहीत होतो. १९२१ ते १९३७ सालातला वृत्तांत, अण्णांनी ‘ ललितकलेच्या सहवासात ’ या पुस्तकात लिहिलाच होता. बापूसाहेबांच्या दु:खद निधनानंतर भालचंद्र पेंढारकरांकडे कंपनीचा वारसा आला. ललितकलेच्या हीरकमहोत्सवानिमित्त, १९३७ ते १९६७ पर्यंतची कंपनीची कारकीर्द आणि भालचंद्र पेंढारकरांचे अनुभव, पुस्तक-रूपानं प्रकाशित करायचे असं पेंढारकरांनी ठरवलं आणि त्यांचे अनुभव योग्य तऱ्हेनं, वाचनीयता वाढेल अशा शैलीनं लिहिण्याचं काम माझ्याकडे आलं. ऑफिसातून परस्पर साहित्यसंघ

आणि रात्री १२॥ ते १ पर्यंत लेखन करून घरी यायचं, असं माझं सतत दोन महिने चाललं होतं. पुष्कळदा पेंढारकरांचं नाटक संपल्यावर, रात्री एकनंतर आमच्या कामाला सुरुवात व्हायची.

पुण्याहून पत्र आलं आणि मी सकाळच्या गाडीनं निघालो.

गाडी ही नेहमी ज्याप्रमाणे गर्दीसाठी असते, त्याचप्रमाणे लेट होण्यासाठीसुद्धा असते. घरी पोहोचायला मला साडेबारा वाजले. हातातल्या सामानासकट मी अण्णांच्या खोलीत गेलो. त्यांची उजवी बाजू जरा कमजोर झाली होती आणि बोलताना जीभ जड होत होती. अडत होती. त्यांनी माझा हात हातात धरला आणि दाबला.

" जोर लागतो? " त्यांनी अडखळत विचारलं.

मी 'हो' म्हणालो.

" म्हणजे सुधारणार मी. "

" नक्कीच. "

" पुस्तकाचं काम? "

" जोरात चाललंय. "

" आणलं आहेस का? "

- मी तिथे बसूनच बॅग उघडली. मला आता तहानभुकेची आठवण नव्हती. ताईनं पान मांडायची तयारी केलेली होती. पण मला झालेला मजकूर अण्णांना दाखवायची घाई झाली होती.

पानांमागून पानं मी वाचत होतो. ताई मधून मधून ऐकत होती. माझ्या पोटात चार घास वेळेवर जावेत यासाठी तिची घालमेल आणि मला इथं शेवटचं पान गाठायची निकड. अण्णा शब्द न् शब्द ऐकत होते. डोळ्यांतून पाणी ओघळत होतं. ओळीनं अकरा प्रकरण वाचून मी हातावेगळी केली. कमजोर हातानं जोर करीत अण्णांनी अभिप्रायादाखल माझा हात दाबला.

ललितकलादर्श - चंदू हा अण्णांचा वुईक पॉइण्ट. आजही पुण्याला गेलो की पहिला प्रश्न हा असतो,

" चंदूचं कसं काय चाललंय? - त्याला एक सप्पाटून चालणारं नाटक मिळायला हवं. "

कोणतं नाटक सप्पाटून चालेल, हे पहिल्या प्रयोगापूर्वी जो छातीठोकपणे सांगू शकेल, त्याला जन्ममरणाचं रहस्य समजलं असं खुशाल समजावं. पसंत केलेलं नाटक सप्पाटून चालणार आहे हे समजून, तत्पूर्वी कष्ट मात्र सप्पाटून करावे लागतात.

अण्णा जेव्हा नेपथ्य करतात, तेव्हा पडद्यावरची छटा न् छटा स्वत: रंगवतात. ' असिस्टंट ' या जमातीशी अण्णांचं कधी जमलं नाही. त्यांचं चहा पिणं, पान-

तंबाखू, ' हा आलोच ' म्हणून नाहीसं होणं... हे विडीकाडीचंही व्यसन नसणाऱ्या अण्णांना कसं मानवावं? - घड्याळ न बाळगता वेळ सांभाळणारे अण्णा आणि ' टाईम 'पेक्षा ' ओव्हरटाईम 'चं भान जास्त असणारे असिस्टंट, यांचं कसं जमावं? मग अण्णांचे एकपात्री कष्ट, नवं नाटक म्हटलं की सुरू व्हायचे. नाट्यवाचन, चर्चा आणि मग घरातल्या घरात स्केचेस बनवणं. त्यानंतर निर्मात्यांनी सोय केली असेल त्या हॉलवर जाऊन पडद्याचं काम. तेही राजकमलमध्ये, दिवसभर उभ्यानं बॅक-ग्राउंड्स रंगवल्यावर. वयाची साठी उलटल्यावर.

कुठे कुठे मस्तक झुकवावं?

' दुरितांचे तिमिर जावो, ' 'पंडितराज जगन्नाथ '..... पासून सगळ्या नाटकांचे पडदे त्यांनी असेच राजकमल सांभाळून केलेले आहेत.

परवा मी त्यांना सहज विचारलं,

" अण्णा, आयुष्यात तुम्ही एकूण मांजरपाट किती रंगवलात? "

अण्णा म्हणाले, " डायऱ्या बघून सांगतो. "

मग नंतरच्या पंधरा दिवसांत त्यांनी १९०८ सालापासूनच्या डायऱ्या पाहून मला आकडेवारी कळवली. एकूण बेचाळीस नाटकांच्या नेपथ्यासाठी ७८,४८४ चौरस फूट मांजरपाट रंगवलं; आणि एकवीस चित्रपटांसाठी ५४,७२,००० चौरस फूट मांजरपाट रंगवलं. यात बारीकसारीक पडदे व बॅकग्राउंडस्‌चा हिशेबच केलेला नाही.

मुंबईत जागा मिळाल्यापासून त्यांची दिनचर्या मला जवळून पाहायला मिळू लागली. चित्रकलेची उपासना म्हणजे चित्रकलेची उपासना. दुसऱ्या कोणत्याही गोष्टीमागे जाण्यात त्यांनी वेळ आणि एनर्जी घालविली नाही.

राजकारणावर चर्चा कधीही नाही. नेहरू कुठे चुकतात? - वगैरे, वगैरे.... पुणेकर असूनही नेहरूंना सल्ले देण्याची खटपट नाही. त्यामुळे रविवारचा मित्रांचा अड्डा घरात पडलेला आहे, चहाचं पातेलं उकळत पडलेलं आहे, पत्ते-सिगारेटच्या धुरानं आणि राजकारणाच्या गप्पांनी खोली दणाणून गेली आहे, असली दृश्यं मी कधी पाह्यलेली नाहीत.

रविवारीसुद्धा, साडेसातच्या आत अंघोळ करणारा हा खराखुरा ' पुरुषोत्तम. ' गंमत किंवा कंटाळा म्हणून मी अण्णांना अंघोळ चुकवताना एकदाही पाह्यलेलं नाही. नाहीतर अस्मादिक.

खरं तर तुलना करण्याचं कारणच नाही. मी किती ठिकाणी उणा पडतोय, हे माझं मलाच माहीत आहे. कथेवर ' वसंत पुरुषोत्तम काळे ' असं संपूर्ण नाव कटाक्षानं लिहीत आलोय. माझ्या संपूर्ण नावातला, ' पुरुषोत्तम ' जास्त महत्त्वाचा शब्द आहे याची मला जाणीव आहे.

चित्रकार काळे या नात्यानं अण्णांचं स्थान काय आहे, त्यांनी रंगभूमीला काय दिलं हे रंगभूमीचे इतिहासकार ठरवतील. प्रत्येक काळाची, युगाची एक गरज असते, मागणी असते. त्या त्या कालखंडाची, ती ती गरज पूर्ण करण्यासाठी, व्यक्ती निर्माण करण्याचं कार्य खुद्द नियतीच करते. त्या काळातल्या रंगभूमीची गरज अण्णांनी पूर्ण केली. आज ते नेपथ्य उरलं नाही. ते संकेत राह्यलेले नाहीत. ' नाही मी बोलत आता ' हे चाळीस चाळीस वेळा आळवणारे गंधर्व पण नाहीत आणि चाळीस चाळीस वेळा ते ऐकून 'वन्समोअर' म्हणत वेडावणारा समाजही नाही. ' नाही मी बोलत आता ' ही ओळ एकदा म्हटल्याबरोबरच, ' थँक्यू, शेवटची गाडी तरी मिळेल '- असं म्हणत खुद्द धैर्यधर जिथं धाव घेणार, तिथं श्रोत्यांची काय कथा !

अशा या पळापळीच्या काळाची गरज निराळी आहे. जीवनातलं नाट्यच बदललं. नाटकातलं जीवन बदललं. नेपथ्य बदललं. छोटा नेपथ्यकार कोण आणि मोठा कोण हे पिढीचा फरक विसरून बोलण्यातही अर्थ नाही. तेव्हा नेपथ्यकार काळे याबद्दल मला काही लिहायचं नाही.

मी वारंवार ओथंबून लिहितोय ते अण्णांबद्दल. त्यांच्यातला ' माणूस ' किती मोठा आहे हे मला सांगायचंय.

हे मी प्रत्येक वेळेला म्हणतोय. सांगायला बसतोय आणि थांबतोय.

काय लिहायचं, किती आणि कुठून प्रारंभ करायचा? याचाच उलगडा होत नाही.

चित्रकार काळे या व्यक्तीचं आणि माझं पटलं नाही. चित्रकलेचे धडे मी त्यांच्याकडून मिळवले नाहीत, गिरवले नाहीत. याचं कारण ' गिरवणं ' हा प्रकार मला कधीच मानवला नाही. कोणतीही गोष्ट गिरवणं म्हटलं की शिस्तीचा भाग त्यात आलाच. आणि शिस्तीची मला पहिल्यापासूनच ॲलर्जी. अगदी जन्मतः.

पुनर्जन्म वगैरे भानगडी जर खऱ्या असतील, तर मागच्या जन्मीच्या काशीयात्रेत मी नक्की ' शिस्त ' नावाचा प्रकार सोडून आलेलो असणार, त्यामुळे मी अण्णांजवळ शिकणं अशक्यच होतं.

मॅट्रिक झालो तरी अस्मादिकांच्या ड्रॉईंगच्या परीक्षा नाहीत. आर्किटेक्चर कोर्ससाठी जेव्हा प्रवेश मिळवायचा, तेव्हा हे नडलं.

आधी तिथं ओळख हवी. ती मिळवण्यासाठी मी अण्णांबरोबर निघालो.

अण्णा राजकमलमधून नुकतेच आलेले. जरा बसले ते तसेच उठले. आम्ही चाल चाल चालत जवळ जवळ हिंदमाता थिएटरपर्यंत आलो.

एका इमारतीत तळमजल्यावर एका घरी गेलो. अण्णांनी ओळख करून दिली.

विष्णुदास भावे सुवर्णपदक, ग. दि. माडगूळकर यांच्या हस्ते १९७३

चित्रपट 'दहेज'.

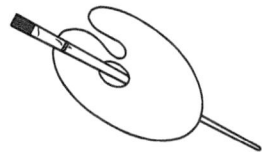

मनासारखी काच फुटेपर्यंत व्ही. शांतराम यांनी तीन वेळा काच बदलली.
मनासारखा रिझल्ट मिळाला.

बालगंधर्व नाट्यगृह उद्घाटन सोहळा.
२६ जून १९६८.

माननीय यशवंतराव चव्हाण यांच्या हस्ते सत्कार.

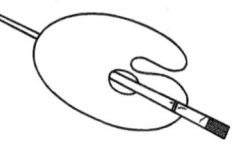

चिंतन.

अमर भूपाळी.

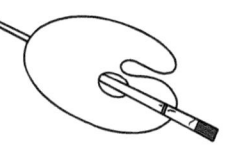

शनिवारवाड्याचं मॉडेल -
अमर भूपाळी चित्रपटासाठी.

झनक झनक पायल बाजे.

झनक झनक पायल बाजे.

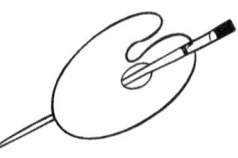

संगीत दिग्दर्शक वसंत देसाईंतर्फे सत्कार.

व्ही. शांताराम ह्यांच्या हस्ते सत्कार. दुरिताचे तिमिर जाव दोनशेव्या प्रयोगानिमित्त.

जी. एन्. जोशी, राम मराठे, किशोरी आमोणकर-यांच्या समवेत.

नाटककार विद्याधर गोखले पु. श्री. आणि कवि स. अ. शुक्ल.

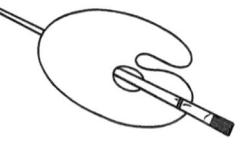

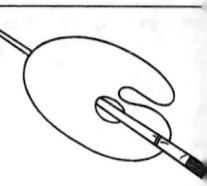

प्रजासत्ताक दिनानिमित्त, महाराष्ट्र राज्यातर्फे दिल्लीला पाठवण्यासाठी केलेला रथ.

सव्वीस फूट बाय सोळा फूटाचा पडदा जमिनीवर पसरून रंगवण्याची पद्धत.

'दनाची मंजिरी' नाटकाचं नेपथ्य करताना.

पु. भा. भावे • ग. दि. माडगूळकर • पेंढारकर • वपु. • पु. श्री. काळे • वसंत देसाई.

“ मॅट्रिक झालास का? ”
“ हो. ”
“ ड्रॉईंगच्या परीक्षा झाल्या आहेत ना? ”
“ नाही. ”
“ मग प्रवेश अशक्य आहे. यंदा परीक्षा द्या, पुढच्या वर्षी या, मी खटपट करीन. ”
बाहेर पडल्यावर मला मेल्याहून मेल्यासारखं झालं.
“ मला वाटलं तुझ्या परीक्षा झाल्या आहेत. इंग्रजी पहिली-दुसरीत असताना मुलं परीक्षा देतात. तू एवढी वर्ष काय केलंस? ”
बस् ! ज्याला फायरिंग म्हणतात ते एवढंच. त्यानंतर कशाचाही उच्चार नाही. घरी पोहोचल्यावर तावातावानं ताईला रिपोर्टिंग करणं नाही, की काही नाही.
‘ अ ’बद्दल ‘ ब ’ला कधी काही सांगणं आणि निरर्थक शाब्दिक सहानुभूती मिळवणं, हे प्रकार अण्णांनी कधी केले नाहीत. त्यांचं एखाद्याविषयी कटु अनुभव येऊन वाईट मत झालं, तर ते आम्हा घरातल्या मंडळींना पण सांगणार नाहीत.
‘ तुमचं त्याच्याविषयीचं मत मी खराब का करावं? ’ - ही त्यांची भूमिका.
याउलट आमचा स्वभाव. दुःख वाटलं की कमी होतं, या खुळचट वचनावर आमचा भलताच विश्वास.
चैत्रापासून फाल्गुनापर्यंत आमची ही खिरपत वाटणं चालू असतं.
सास्वासुनांचे संघर्ष घरोघरी नसतात काय?
माझं घरही त्याला अपवाद कसं असेल? - पण अशा संघर्षाच्या वेळी अण्णांची भूमिका कधी ढळली नाही.
मुंबईच्या आमच्या जागेत, एका खोलीच्या संसारात मी, वसुंधरा, स्वाती, सुहास आणि अण्णा असे राहत असू. पुण्यात बंगल्याकडे लक्ष द्यायचं म्हणून ताई कायम पुण्याला. बंगल्यातच बहिणीचं बिऱ्हाड असल्यानं, ताईला सोबत कोण हा प्रश्न आम्हाला कधी भेडसावला नाही. आम्हाला विचारात टाकणाऱ्या समस्या निराळ्याच असायच्या हे एक, आणि बारीकसारीक गोष्टीही आम्हाला समस्येसारख्याच वाटायच्या हे मुख्य.
दिवाळी पुण्याच्या बंगल्यात घालवायची की मुंबईला? बंगला अंधारात ठेवायचा नाही ही भावना, म्हणून ताई मुंबईला येणार नाही. आणि आम्ही सर्वांनी जायचं म्हणजे प्रवासखर्च, रिझर्वेशन, दगदग... वगैरे वगैरे. शिवाय माझी आणि अण्णांची रजा हे प्रॉब्लेम्स. वसुंधरेला माहेरचे नातेवाईक खूप. अण्णांचे, माझे जेवणाचे हाल होऊ नयेत म्हणून तिला कधीही माहेरपण नाही. दिवाळीचं तिला घरी जावंसं वाटायचं, वगैरे वगैरे.
अशाच एका प्रसंगी गैरसमजातून नेहमीचा संघर्ष झाला. त्याप्रसंगी अण्णांनी

सिंधूला एक रूपकात्मक पत्र पाठवलं -

“ - माझ्या ट्रंकेतील दोन नव्या, एक अर्धनव्या आणि दोन जुन्या धोतरांनी एकत्र जमून हा निर्णय घेतला, की पुण्यात विसरून राह्यलेल्या जुन्या धोतरानं आता तिथेच राहावं. दिवाळी मुंबईस होणार असेल तर अभ्यंग स्नानापूर्वी होणाऱ्या तैलमर्दनप्रसंगी मिळणारा मान मुंबईच्या जुन्या धोतरास मिळावा आणि पुण्यातच दिवाळी होणार असेल तर तो मान पुण्याच्या जुन्या धोतराने खुशाल घ्यावा. शांताबाईंने तिला जमेल तेव्हा तिच्या सोयीने यावे.
माझ्या ट्रंकेतील धोतरांनी घेतलेला निर्णय मला आवडला. लोकशाहीचा काळ त्यांनी ओळखला. नाहीतर माझ्या ट्रंकेतील तांबड्या काठाच्या दडपणाखाली असलेल्या हिरव्या, काळ्या आणि पांढऱ्या काठाच्या धोतरांनी गडबड केली असती; पण नाही. बोलून चालून पांढरी धोतरं ती. त्यातून धोब्याकडून आल्यामुळे, एकूणएक डाग निघाल्यामुळे, स्वच्छ अशी ती एकत्र पाहून आनंद वाटला. पांढऱ्या काठाने हिरव्या किंवा काळ्या काठांकडे पाहून नाक मुरडलेले, शेजारच्या कोटास किंवा शर्टास कधीच दिसले नाही; आणि दिसलेच असल्यास त्याचा गवगवा त्यांनी कधी केला नाही. हाच त्यांचा शुभ्रपणा होय.
सत्तेचे जोखड कुणासही जड वाटणार, पण शिस्तीची आवश्यकता तितकीच असते. मानवी जीवनाच्या सुखवृद्धीस ती अवश्यमेव असते. मग ती शिस्त सामदामाने होत नसेल, तर दंडानेही लावणे अवश्य असते. पण ही गोष्ट विसरून चालणार नाही, की शिस्त लावणाऱ्या व्यक्तीस त्यागाचे महत्त्व कळणे आवश्यक असते. त्याग, संयम, सोशीकपणा, नम्रपणा ज्याच्यात असेल, तीच व्यक्ती शिस्तबद्ध असू शकते.
वसंतची आणि माझी काळजी करू नकोस.
तूर्तची इकडची हकीकत लिहायची म्हणजे, दोन धोतरांच्या सुखासाठी एका पातळानं काही दिवस माहेरी जाण्याचा बेत बदलून घरीच राहण्याचा बेत केला आहे. तेव्हा पुण्यातल्या नऊ वारी लुगड्यानं इकडच्या दोन शुभ्र वस्त्रांची काळजी करू नये. ”

एवढ्या मोघम पत्रावरून आम्ही काय समजायचं ते समजावं, ही त्यांची भूमिका आणि ‘ शहाण्याला शब्दांचा मार ’ या वचनानुसार आमच्यापैकी कोण स्वत:ला शहाणा म्हणवून घेणार नाही?
जो गेल्यानंतरच कळतो त्याला ‘ तोल ’ म्हणतात, तसा अण्णांचा ‘ तोल ’ गेलेला मी कधी पाह्यलं नाही. नाटक आणि सिनेमा कंपनीत आयुष्यातली चाळीस वर्षं

घालवूनही पान, सुपारी, सिगारेट, तंबाखूचं व्यसन नाही, जाहिरातबाजीची खोड नाही, अंगावरच्या वेषभूषेत फरक नाही, सदऱ्याला इस्त्री नाही.

मी त्यांचाच मुलगा का, हा जो मला जातायेता प्रश्न पडतो, त्याचं कारणच हे आहे. प्रसंग खूप छोटे असतात, पण त्यात व्यक्तीचं प्रतिबिंब सातत्यानं पडतं, म्हणून ते प्रसंग मला मोठे वाटतात.

आर्थिक परिस्थिती बेतासबातच. चहाचंही व्यसन नाही, त्यामुळे अण्णांचा वैयक्तिक खर्च काही नसायचाच. इतकंच काय, ट्रॅमसाठी लागणारे दोन आणेही खूपदा खिशात नसायचे. अशाच एका प्रसंगी, खिशात पैसे नव्हते तेव्हा त्यांनी ट्राम कंडक्टरला पोस्टाचं पाकीट जवळ होतं ते दिलं आणि त्या भल्या माणसानं पण ते घेतलं. या प्रसंगी व. पुं. नी टॅक्सी केली असती आणि राजकमलमधून कुणाकडून तरी पैसे उसने घेऊन बिल भागवलं असतं.

कुणाच्याही जेवणाला अण्णांनी आजवर नावं ठेवलेली नाहीत. फणशांच्या खानावळीत एकदा वाढप्याला मात्र त्यांनी नापसंती दाखवली होती. पण कशी?

“ अरे बाबा, लवकर ये. ” - घाबरल्यासारखा चेहरा करीत अण्णांनी त्याला बोलावलं.

तोही हातातलं काम टाकून आला. आमटीची वाटी उचलून धरत अण्णा म्हणाले,

“ या आमटीत चुकून थोडी डाळ पडली आहे, तेवढी काढून घे. ”

याउलट, मीच काय, आपल्यापैकी प्रत्येकजण नात्याच्या, ओळखीच्या किंवा कुठंही जेवायला गेलो तर जेवणाच्या चवीबद्दल काय कॉमेण्टस् करतो ते आठवावं.

१९४६ साली जेव्हा मुंबईला जागा मिळाली, तेव्हा अण्णा कंपनीतून स्वतःलाच पत्र पाठवायचे. स्वतःलाच लिहिलेलं पत्र ते स्वतः दुसऱ्या दिवशी घरी आल्यावर वाचायचे. मग मला म्हणायचे,

“ नव्या पत्त्यावर ‘काळे’ आडनावावर पत्रं पोहोचतात की नाही ते पाह्यलं. ”

अल्बम्सचं त्यांचं वेड अजून टिकलेलं आहे. महाराष्ट्र टाईम्स, केसरी, वगैरे दैनिकातली विषयवार कात्रणं ते अद्यापि जमवतात.

पुण्यातलं एक सेल्फ भरत आलेलं आहे.

सगळ्याच लहान मुलांना चाकू, कात्री वगैरे शस्त्रांचं वेड असतं. तसं ते मलाही होतं.

अल्बम्स करायला अण्णा बसले, की मीही त्यांच्या आसपास घोटाळत असे. लहान मुलांना त्यांनी कधीही दूर लोटलेलं नाही. हिडीसफिडीस नाही. मूल घरातलं असो किंवा शेजाऱ्याचं असो, वागणूक तशीच.

शेजारच्या माणसांना कळणार नाही अशा बेतानं एकीकडे, ' अले, अले, आल्ला का लब्बाड ' असं म्हणत गुपचूप डोळे वटारणं नाही, किंवा त्याला दरवाज्याबाहेर ठेवून दार लावणं नाही. त्याच्यासमोर एक कागद, एक पेन्सिल किंवा ब्रश ठेवतील. त्यालाही रेघोट्या मारायला लावतील.

- ' मुलांचे मनोरंजन, ' ' प्रभूशी नाते ' वगैरे वगैरे सगळे संकेत त्यांनी कळत नकळत जोपासले आहेत.

त्याही वेळेला त्यांनी मला एक कात्री दिली, चांगली चांगली चित्रं कापून ठेवायला सांगितली आणि ते कामाला गेले.

दोन तासांनी ते परतले. मी नाचत नाचत त्यांना वीस पंचवीस चित्रं दिली. एकापेक्षा एक सरस अशी ती चित्रं होती.

अण्णा खूश झाले...

आणि नंतर बघतात तो काय?.. अण्णांनी नुकताच एक संग्रह चिकटवून तयार केला होता, तोच मी कापला होता.

अण्णा शांतपणे म्हणाले, " तरीच म्हटलं, तुला एवढी चांगली चित्रं मिळाली कशी? "

एक ना दोन.

काय काय लिहावं?

अण्णा.

एक व्यक्ती.

अजून मी त्यांना सर्वार्थानं शब्दात पकडू शकलो आहे असं मला वाटत नाही.

केव्हा केव्हा ते अजूनही रूम-पार्टनरच वाटतात.

अजून ते सर्वांना भिऊन भिऊन वागतात. एवढ्या गरीब माणसाला इतर माणसं समजू शकली नाहीत, याचा मला खेद वाटत नाही.

खेद आहे तो नियतीनं त्यांना न ओळखून, त्यांच्या उतारवयात त्यांची जी चेष्टा चालवली आहे त्याचा.

फुशारकीनं स्वत:बद्दल कधी न बोलणारे, अन्नाला ' पूर्णब्रह्म ' मानणारे, परनिंदेत करमणूक करून न घेणारे अण्णा, त्यांची जीभ जड व्हावी?

सतत परिश्रमांवर भक्ती करणाऱ्या अण्णांचा उजवा हातच त्या नियतीनं निकामी करावा?

याचा जाब मला कधी मिळेल का?

ताजमहाल बांधणाऱ्या कारागिराचे हात तोडणारा बादशहा आणि अव्याहत निसर्गचित्रं

रंगवून निसर्गाची पूजा करणारा अण्णांचा उजवा हात निकामी करणारी नियती.... यांच्यात काय फरक आहे?

डोळ्यांसमोर काळे डाग दिसायला लागले, तरी अण्णा डगमगले नाहीत. अर्धांगवायूचा ॲटॅक आल्याच्या सातव्या दिवशी त्यांनी कागदावर, पडल्या पडल्या एका फ्लॉवरपॉटचं चित्र काढलं आणि ते सिंधुताईला प्रसन्नपणे म्हणाले,
" हात चालेल अजून. "
आणि त्यानंतर खरोखरच त्यांनी वयाच्या ऐंशीव्या वर्षी, बालगंधर्व रंगमंदिरचे पडदे रंगवले आणि आज,
आज ते पुण्यात आहेत.
मी केव्हा येईन, याची वाट पाहत राहतात.
कानाची वाट आता क्षीण होत आहे. जीभ मधून मधून जड होत आहे. मूळच्याच अबोल माणसाला जबरदस्तीनं आणखीन गप्प बसवण्यात नियतीचा काय डाव आहे कळत नाही.
ललितकलादर्शचा सिम्बॉल म्हणून अण्णांनी पृथ्वीगोल लोटणाऱ्या हत्तीचं चित्र काढलेलं आहे. अशीच झुंज अण्णांनी आयुष्याशी दिली, नियतीशी दिली. त्या चित्रातला तो हत्ती आता, ' विष्णुदास भावे सुवर्ण पदक ' सोंडेत घेऊन अण्णांना सामोरा आला आहे.
समितीकडून सुवार्ता घेऊन ते पत्र जेव्हा आलं, तेव्हा मी त्यांना विचारलं,
" अण्णा काय वाटतंय? "
नाटकांच्या पडद्यावरही चित्रकार म्हणून सही न करणारे प्रसिद्धीपराङ्मुख अण्णा, त्यांनी काय सांगावं?
यदाकदाचित त्यांनी चरित्र लिहिलं असतं, तर ज्या दोन शब्दांत त्यांनी चरित्र संपवलं असतं, तेच शब्द त्यांनी काहीशा जड जिभेने ऐकवले -
" संकोच वाटतो. "

१ नोव्हेंबर, १९७३

केव्हातरी हे होणारच होतं.

वर्षाच्या तीनशेपासष्ट दिवसांपैकी, कोणता दिवस, कोणती तारीख तो मान पटकावणार आहे, हेच फक्त माहीत नव्हतं.

तो दिवस २८ सप्टेंबर, १९७६... मंगळवार आहे हे त्याच दिवशी संध्याकाळी साडेचार वाजता समजलं.

खरं तर मंगळवारी अण्णा कुठेही जात नसत.

गावाला जाण्यासाठी जर मंगळवारच उजाडणार असेल, तर ते सोमवारीच प्रस्थान ठेवीत असत.

पण एवढ्या मोठ्या प्रवासाला निघताना अण्णांनी प्रस्थान ठेवलं नाही.

असं कसं...?

सगळंच आठवतं तसं हेही आठवतं.

‘ श्रमसाफल्य ’ बंगल्यात तेव्हा बिऱ्हाड होतं गोखल्यांचं. आंतराष्ट्रीय कीर्तीचे ‘ इम्पा ’चे डायरेक्टर गोगटे, त्यांचीच बहीण आणि सोवळी आई, ही ती मंडळी. गोगटे माझ्या मावशीचे यजमान. तेव्हा बिऱ्हाड म्हणायचं, पण तो सगळा नात्यातलाच प्रकार होता.

नातेवाईक असूनसुद्धा गोखले मंडळी चांगली होती. अण्णा एक सामानाची भरून ठेवलेली पिशवी घेत. पायात चपला घालून गोखल्यांकडे जात. आम्हीही व्यवस्थित निरोप घेत असू. पिशवी गोखल्यांकडे ठेवून अण्णा मधल्या घरात, मधल्या दरवाजातून पुन्हा परत येत.

हे दुःख न संपणारं...

या वेळेला काही नाही.

' प्रवास ' शब्दाचं नातं कायम आपण ' सामान ' या शब्दाबरोबर जोडलेलं आहे.

' इथून-तिथे ' या दोन शब्दांतलं अंतर जेव्हा मैलात, किलोमीटरमध्ये मोजता येतं, तिथंच सामानाचा प्रश्न सोडवावा लागतो.

दिगंताच्या यात्रेकरूचा प्रवास एकदम ट्रॅव्हल लाईट. दोन्ही हात रिकामे.

काहीही न मागणाऱ्या त्या हातांकडे मी पाहत उभा होतो. कुंतीनं कृष्णाकडं ज्याप्रमाणे कायम दु:खाची मागणी केली, त्याप्रमाणे या हातांनी नियतीकडे सतत कष्टाची मागणी केली; आणि प्रामाणिक, उदार नियतीनं अण्णांना त्यांच्या वयाच्या ऐंशीव्या वर्षापर्यंत भरपूर कष्टाचं दान दिलं.

हे हात रिकामे होते, पण कसे? - तर जवळचं होतं नव्हतं सगळं लुटवून दिल्यानंतरचं ते रितेपण होतं.

बेचाळीस नाटकं, एकवीस चित्रपट, असंख्य लँडस्केप्स... गणिताच्या भाषेत सांगायचं झालं, तर केवळ नाटकांच्या नेपथ्यासाठी रंगवलेलं मांजरपाट ७८,४८४ स्क्वेअर फूट एवढं आहे. चित्रपटांसाठी रंगवलेलं मांजरपाट काही लाखांच्या घरात आहे. तो आकडा मला गणिताच्या भाषेत बरोबर माहीत आहे. पण आता वाटतं, ही गणितं, ही आकडेवारी याला खरोखर काही अर्थ आहे का?

कारण एकदा हिशेबच मांडायला प्रारंभ केला, तर सगळाच हिशेब मांडायचा मोह होतो. मोह नेहमी दु:खाला जन्म देतो, त्याप्रमाणे हा हिशेबाचा मोहसुद्धा दु:खालाच जन्म देणार आहे. कारण जो प्रश्न अण्णांनी त्यांच्या आयुष्यात कुणालाही विचारला नाही, तो प्रश्न माझ्या आणि माझ्या बहिणीच्या, आईच्या मनात प्रतिक्षणी येऊन गेलेला आहे.

' या श्रमांचं फलित काय? ' - तर एखादा सत्कार, एक पुष्पगुच्छ, एक हार. तेसुद्धा त्या त्या नाटकांच्या शंभराव्या, नाहीतर दोनशे, तीनशे... वगैरे प्रयोगांना, पु. श्री. हजर असतील तर. कधीतरी तसा एखादा हार घेऊन अण्णा घरी आले की आम्ही सगळे म्हणत असू -

' या एका हाराची किंमत दहा हजार, पाच हजार, गेला बाजार, तीन हजार नक्कीच आहे. '

आज, हे सगळे बोलण्याचीही मला चोरी झाली आहे; कारण, अण्णांच्या हयातीतच मी त्यांच्यावर जे जे लिहायचं ते ते लिहायला प्रारंभ केला होता. पण, त्यातला प्रत्येक लेख अण्णांकडूनच ' सेन्सॉर ' केला जात होता.

इतरांना जाब विचारणाऱ्या वाक्यांना कात्री लागत होती.

त्यांच्यावर होणाऱ्या अन्यायांचा उल्लेख करायची मलाही बंदी होती.

तेच बंधन मला आजही पाळायला हवं आहे. नाहीतर काम करवून घेऊन ' तो मी

नव्हेच ' म्हणणारे किती भेटले, ते...

' राजकमल 'च्या संदर्भात मला मुळीच काही म्हणायचं नाही. ती सरळ सरळ नोकरी होती. बेकारीचं सुख उपभोगल्यानंतर स्वेच्छेने पत्करलेली नोकरी. त्यात फसवाफसवी नव्हती. कबूल करून बुडवल्याचा मामला नव्हता. अपेक्षाभंगाचं दुःख नव्हतं. पगार किती कमी मिळतो याची खंत बाळगण्यापेक्षाही, शांतारामबापूंच्या शिस्तीप्रमाणे तो दर महिन्याच्या सात तारखेला हमखास मिळणार याचाच उदंड आनंद होता. नाहीतर आर्ट डायरेक्टर म्हणून सेवानिवृत्त होताना साडेतीनशे पगार असणं, आणि तो वीस वर्षांच्या कारकीर्दीत सव्वाशे रुपयांपासून वाढत असलेला... कोणत्या 'पे कमिटी'ची शिफारस असू शकेल?

खरंच, अण्णांनी काय मिळवलं?

आज सापडलेला अर्थ हा - 'खूप आनंद मिळवला.'

शिस्त आणि अविरत कष्टांवर नितांत श्रद्धा असलेल्या अण्णांना त्याच मूल्यांची जपणूक करणारे शांतारामबापू, मालक म्हणून भेटले, याचाच आनंद शब्दातीत होता. या दोन जीवनमूल्यांबरोबरच, सौंदर्यदृष्टी आणि perfection याचं वेड असलेले शांतारामबापू. हवा तो परिणाम साधण्यासाठी जिवाचं रान आणि पैशाचं पाणी करणारा मालक.

अण्णांच्या बाबतीत 'पैशाचं पाणी ' हे जरी शक्य नव्हतं, तरी ' जिवाचं रान करणं ' हा एक स्थायीभाव नक्कीच होता. तो निर्मितीचा आनंद पुरेपूर देण्याची ताकद फक्त ' राजकमल 'चीच होती. ते धन अण्णांनी पुरेपूर लुटलं आणि तशाच संपन्न अवस्थेत त्यांनी प्रयाण केलं.

सामान न घेता...

हातात न मावणारं, गणितात मोजता न येणारं धन बरोबर होतं; म्हणून मला ते हात रिकामे वाटले.

मग आता मी हे का लिहावं? तर पुन्हा एकवार 'एक माणूस' म्हणून अण्णा किती मोठे होते, हे नव्यानव्यानं जाणवतंय म्हणून. ते माझे वडील होते म्हणून ते मोठे होते, असं मुळीच नाही. ते मोठे होते, शिवाय माझे वडील होते.

आर्थिक विवंचना कायम असूनही ते त्रासलेले नव्हते. वैतागलेले नव्हते. चिरचिरे, कावलेले नव्हते. घरातला कुटुंबप्रमुख कायम प्रसन्न, तृप्त, शांत असणं हे त्या वास्तूला मिळालेलं केवढं वरदान आहे, याचा विचार घराघरातून व्हावा असं मला वाटतं.

अण्णा देवभोळे होते का? खास करून नाही. पण धरलेला नेम चुकला नाही.

हनुमानजयंतीला ते सूर्योदयापूर्वी वडाळ्याच्या मारुतीला जाणार म्हणजे जाणार. त्यात खंड पडला नाही. घरच्या मारुतीच्या पुतळ्याला दर शनिवारी हार येणार म्हणजे येणार. ' देशस्थ ' या उपाधीला बदनाम करणारी ही शिस्त.
कशी आली? कुठून आली? - या प्रश्नांना उत्तरं नाहीत. कुणाजवळच.
अनुत्तरित राहण्यातच काही प्रश्नांचं वैभव असतं. असे अनेक प्रश्न समोर टाकून अण्णा गेले. उतारवयात कोणती ना कोणती व्याधी जडणारच. काही अटळ वळणांपैकी ते एक वळण. रक्तदाब, हृदयविकार, मधुमेह ही मंडळी जरा बरी. ती तुम्हाला सूचना देत येत तुमची मानसिक बैठक तयार करतात. जीवनरथ उलटण्याची धोक्याची वळणं दाखवत राहतात.
अण्णांना काय व्हावं? मेंदूला अपुरा रक्तपुरवठा व्हायला लागला. भास व्हायला लागले. संगीताची कुठेतरी बैठक चालली आहे असं वाटायला लागलं. दिवस दिवस एखादी गत, रागदारी, ठुमरी ऐकू येऊ लागली. पत्रातून मला ते आज दिवसभर कोणती गत, चीज ऐकली ते कळवत असत. अतिरेक झाला, तेव्हा मग मानसोपचार तज्ज्ञाकडे धाव घेतली. संगीत थांबलं आणि इतर भास व्हायला लागले.
नाट्यव्यवसायातील गरजू माणसं खिडकीपाशी थांबलेली दिसत. अण्णा त्यांना खिडकीतून पैसे फेकत. पुण्यातील मानसोपचार तज्ज्ञ डॉ. शिरवईकर म्हणाले, " लक्षाधीश म्हाताऱ्यांनाही भ्रमात, पै पै करताना मी चवताळलेलं पाह्यलेलं आहे. तुमचे वडील, भ्रमात इतरांची दया येऊन पैसे फेकतात. असा पेशंट मी प्रथमच पाहतोय. He is quite a innocent man. मला नव्या ट्रीटमेंटचा विचार केला पाहिजे. "
आणि नंतर नंतर अण्णा कायम कोट-टोपी घालून, तास न् तास बसून राह्यचे. विचारलं तर म्हणायचे,
" नोकरी आली आहे. पडदे करायचे आहेत. चिंता मिटली. चांगला पाच हजार पगार ठरलाय. "
कधीही व्यक्त न केलेलं, पण चिंता राहणार नाही एवढा पगार देणारी चित्रपट संस्था किंवा प्रत्येक नेपथ्याचं योग्य मानधन देणारी नाट्यसंस्था न मिळाल्याचं दु:ख शेवटी शेवटी असं उफाळलं असेल का?
अण्णा गेले.
१८८८ साली, एक नोव्हेंबरला जन्माला आलेला एक गृहस्थ, मेणवलीत बालपण घालवतो. कर्तृत्वाचं क्षेत्र म्हणून हैद्राबाद-मुंबईत हयात गाजवतो आणि यात्रा संपवतो ती लेकीच्या गावी चिंचवडला. बंगल्यात भिंतीभिंतींवर लावलेली पेंटिंग्ज, जिवापाड जपलेल्या १९०८ सालापासूनच्या डायऱ्या, १९३४ साली कर्ज काढून

बांधलेला ‘ श्रमसाफल्य ’ बंगला, चित्रकला, फोटोग्राफी, मंगलाष्टकं, विनोदी लेख, हस्ताक्षरसंग्रह, सगळीकडे वळूनही न बघता ते गेले.

आनंद एकाच गोष्टीचा...

त्यांच्याबद्दलच्या माझ्या सगळ्या भावना मी पुस्तकरूपानं त्यांच्या हयातीत व्यक्त करू शकलो. याबद्दल मी कायम निशीगंध प्रकाशनाच्या जोशींच्या ऋणात. कारण त्यांच्यामुळेच, ‘ अण्णांशी हे बोलायचं राहून गेलं..’ यासारख्या दु:खातून मी मुक्त झालो.

आणि दु:ख कशाचं?

तर एक जिवाभावाचा, अबोल, पण खूप सांगणारा, व्यथित, पण कायम आनंदी असा कर्मयोगी मित्र दुरावला, याचं.

माझी आई समजूत घालताना मला म्हणाली, “ तुला ते खूप वर्षं पुरले की नाही?”

मी म्हणालो, “ म्हणूनच चटक लागली होती... ”

वडिलांचं छत्र केव्हातरी जाणारच असतं. मित्र मात्र अमर असावा, ही इच्छा असते. अण्णा मित्र होते, म्हणून हे दु:ख न संपणारं.

डिसेंबर, १९७६

अण्णा -

आज तुम्ही पुन्हा भेटलात. नेहमीप्रमाणेच.
म्हणजे स्वप्नात.
तुम्ही असे भेटून गेलात की उगवलेला दिवस चांगला जातो. त्या दिवशी सगळी जुन्या नाटकातली गाजलेली गाणी ऐकू येत राहतात. काही फारसं कळत नसतानाही जी नाटकं पाहायला मिळाली, ती आठवत राहतात. दिनकर कामण्णा, प्रा. नरेश, लोंढेकाका, अंतोबा कुलकर्णी, वसंत पवार, भार्गवराम, नटवर्य नानासाहेब, केशवराव दाते, शांता आपट्यांची ' सिंधू, ' शांता मोडक, अविनाश, श्रीपाद जोशी, स्नेहप्रभा प्रधान ही सगळी नटवर्य मंडळी माझ्या आसपास असतात. ' सज्ज करून चापमदन,' ' धिक्कार मन साहिना, ' ' कांते फार तुला, ' ' सदा कलहाविना, ' ' फुलल्या जीवनी सुंदर आशा, ' ' कठिण कठिण कठिण किती, ' ' राजसबाळा, ' ' मूर्तिमंत भीति ' या गाण्यांचा दिवसभर माझ्यावर पहारा असतो. मधेच मा. दामल्यांच्या, म्हणजेच नूतन पेंढारकरांच्या हातातल्या चिपळ्यांचा आवाज येतो. ' गाढ झोप घेसी करुणाघना ' या कृष्णार्जुन युद्धातल्या गाण्यापाठोपाठ नानू संझगिरींचा चित्ररथ गंधर्व पण भेटून जातो. ' मूर्तिमंत भीति ' या सुहासिनी कोल्हापुरे यांच्या गाण्याची सांगड तर कायम बंडोपंत सोहोनींच्या ' श्रीमंतां 'शी घातली गेलेली आहे. फार कशाला, लता मंगेशकरांनी एकदा ' लतिके 'ची भूमिका केली होती, तो भावबंधनचा प्रयोग पण आठवतो.
या आठवणी म्हणजे शिलालेखच. यात भागीदार नाहीत. प्रत्येकाचा अंगठ्याचा ठसा जसा त्याचाच, तसे हे शिलालेख.
- स्वप्न संपताक्षणी, जागृतीचा पहिला क्षण विलक्षण तगमगीचा असतो. पण मग

का...?

दिवसभर मन शांत असतं. स्वप्नात का होईना तुम्ही हिंडताना, फिरताना, काम करीत असताना दिसता.

तुम्ही शहात्तर साली गेलात. त्यानंतर आजतागायत, सतत बारा वर्षं तुम्ही आठवड्यातून एकदा तरी भेटताहात. आपल्या आजवरच्या भेटीगाठीत, एकाही प्रसंगी मी तुम्हाला रुग्णशय्येवर अथवा विश्रांती घेताना पाह्यलेलं नाही. तुम्ही काही ना काही काम करताना दिसता.
अजूनही तुम्ही कमी बोलता.
' बाते कम काम ज्यादा ' यासारखे संदेश देणारी पुढारी मंडळी आजही फक्त ' बाते 'च करीत आहेत. तुम्ही असं कधी ऐकवलं नाहीत. बोलला नाहीत.
तुमच्या वाणीतलं सामर्थ्य तुम्ही तुमच्या हातांकडे कायमचं सोपवलं होतंत, आणि प्रयाण करताना वाणीतलं तुमचं हे सगळं वाचलेलं सामर्थ्य तुम्ही माझ्या नावावर मांडून गेलात.
आठवतो का?
दिवाळीतला पाडव्याचा दिवस?
पुण्यातलं बालगंधर्व रंगमंदिर. आकाशवाणी, पुणे केंद्रातर्फे झालेलं कथाकथन, एकोणीसशे अडुसष्ट साल. तुमच्या रिवाजाप्रमाणे तुम्ही अर्धा तास अगोदर निघालात. पायीच. " आपण रिक्शानं जाऊ " असं ताई म्हणाली. पण तुम्ही म्हणालात, " तुम्ही सगळे या मागून. नऊपूर्वी तिथं पोहोचा म्हणजे झालं. मी चाललो. " आणि तुम्ही निघालातही. माझ्याही अगोदर पोहोचलात. मी व्यंकटेश माडगूळकरांकडे लिफ्ट मागितली. ते मला स्कूटरवरून घेऊन गेले.
गदिमा अध्यक्ष.
त्याशिवाय आणखीन नऊ लेखक होते.
ओपनिंग बॅटस्मन म्हणून माझी नियुक्ती होईल, याची मला सुतराम कल्पना नव्हती. माझा परिचय करून देताना गदिमा म्हणाले,
" चित्रकार पित्याचा कुंचला मुलाच्या हातात लेखणी होऊन आला आहे. "
वाणीचं सामर्थ्यही तुमचंच, हे गदिमांना माहीत नव्हतं.

तुमची अबोल वृत्ती तुम्ही सोडली नाहीत. तुमच्या व्यथा तुम्ही अखेरपर्यंत बोलला नाहीत. तुम्ही कधी काही मागितलं नाहीत. पानातला वाढलेला पदार्थ संपला की वाढणाऱ्यानं तुमच्या पानाकडे लक्ष ठेवून तो वाढायचा. न आवडलेल्या पदार्थाचा उल्लेख नाही. वसुंधरेनं तुम्हाला एकदा, तिनं नव्या पद्धतीनं केलेल्या भाजीबद्दल

तुमचं मत विचारलं; तेव्हा तुम्ही म्हणाला होतात,
" भाजी छानच झाली होती. पुन्हा करू नकोस म्हणजे झालं. "

ताईची आई, म्हणजे तुमच्या सासूबाई, आपण त्यांना काकू म्हणत असू. काकू पोळ्या अप्रतिम करायची; पण तिच्या पोळ्या जाड असायच्या. तरीही इतक्या मुलायम असायच्या की त्यांची जाडी जाणवायची नाही. ताईच्या पोळ्या त्या मानानं पातळ असायच्या. अडीच ते तीन पोळ्या हा तुमचा ठरलेला आहार. ते ध्यानात ठेवून काकू तिसरी पोळी वाढणार तेवढ्यात तुम्ही म्हणालात,
" पोळ्या वजनावर खायला हव्यात. "
पण जरा ' पातळ लाटा ' असं तुम्ही सांगितलं नाहीत.
काय काय आठवू?...
तुमच्या आणि माझ्या पायांचा आकार जेव्हा जवळपास एक झाला, तेव्हा मी हळूच तुमच्या चपला घालून जात असे आणि पुष्कळदा तोडून आणून ठेवत असे.
तुमचा शर्ट मला होणं शक्यच नव्हतं; पण तुमची सोन्याची वाटावीत अशी बटणंही मी पळवीत असे अधूनमधून. शर्टची चारही बटणं तुम्ही दोरीनं आवश्यक अंतर सोडून बांधत होतात. तुमचं ठीक होतं, कारण मुंबईच्या हवेतही तुम्ही कॉलरजवळचं बटणही लावत होतात. त्यामुळे बटणांना बांधलेली दोरी दिसत नसे. आम्ही स्टाइलवाले. व्यायाम करून शरीर कमावलेलं नसतानाही वरची दोन बटणं उघडी ठेवणारे. तसं केलं की बटणांना बांधलेली दोरी दिसायची. ती जानव्याप्रमाणे पिवळी पडलेली. आमच्या त्या काळातल्या 'डिग्निटी'ला धक्का लागायचा. ती दोरी कापून मी बटणं वापरीत असे. मग चारांपैकी एक बटण हमखास हरवायचं. माणूस एकटं पडलं की हरवतो, की हरवल्यामुळे एकटा पडतो? - हे कोडं मला आजही सुटलेलं नाही. कोडी फक्त सुचतात, सुटत नाहीत; पण त्या काळात बटण एकटं पडलं की हरवतं, हे समजूनही मी दोऱ्या कापत राह्यलो आणि तुम्ही बटणं आणत राह्यलात.
' माझ्या बटणांना हात लावलास तर तंगडं मोडीन ' किंवा ' हात कलम करीन ' ही भाषा तुम्हाला का आठवली नाही? की तोंडापर्यंत येऊन तुम्ही तसले अभद्र शब्द गिळून टाकलेत?
शब्द गिळणंच आवश्यक ठरलं असावं, कारण कदाचित तुम्हाला तलवार म्यान करायला मिळालीच नसती.
पण एक सांगू?
अर्थात, तुम्हाला माहीत नसलेलं मी सांगतोय असं मुळीच नाही.

पण समोरची व्यक्ती तलवार उपसणारी आहे, हे समाजाला कळलं की समाज गप्प राहतो.

You are not taken for granted !

अण्णा,

सोसणाऱ्याला सोसावंच लागतं.

ब्रशचा वारसा मला पेलला नाही. सोसण्याचा बँक बॅलन्स तुम्ही माझ्या नावावर मांडून गेलात, असं मी म्हणू शकत नाही; कारण ती तुमची वृत्ती नाही. तुम्हाला शेवटी शेवटी सहीसुद्धा करता येत नव्हती. मग तुम्ही अशा गोष्टी माझ्या नावावर कशा मांडणार? तुमचे हात शेवटपर्यंत चांगले असते तर त्या हातात ब्रशच असता. मेंदूला रक्तपुरवठा कमी व्हायला लागल्यानं तुम्हाला हॅल्युसिनेशन्सचा त्रास व्हायला लागला. तुमच्या आणि आमच्या जगाची फारकत झाली. तुम्ही हयात असून दुरावलात. खिडकीतून बाहेर बघत तुम्ही कुणाशी तरी बोलायला लागत होतात. ती माणसं अस्तित्वातच नसल्यानं आम्हाला ती दिसणं शक्यच नव्हतं. तुमचं ते दर्शन पिळवटून टाकणारं होतं. फार कुणाशीही न बोलणारे तुम्ही कितीतरी वेळ फक्त तुमच्याच विश्वात वास्तव्याला असणाऱ्यांशी बोलत होतात. तुम्हाला ' जेवायला चला ' म्हटलं, तर ' त्या सगळ्यांना वाढ ' असं तुम्ही बजावत राह्यलात. जेव्हा चांगले होतात, तेव्हा अबोल राहून सोसत राह्यलात याचं शल्य आणि जेव्हा बोलायला लागलात, तेव्हा ते आकलन होईना याचं शल्य...

सोसत राहण्याचा वारसा तुम्ही प्रत्यक्ष दिला नाहीत, तरी तो रक्तातून आलाच. वयाच्या बावन्नाव्या वर्षापर्यंत मी तो सांभाळला आणि आता अगदी अलीकडे, गेल्या दोन-तीन वर्षांत मी जरा परखड व्हायला लागलो आहे. सुहासची पिढी त्या मानानं आणखीन नंतरची. तो तर पंचविशीतच ' जमदग्नि ' गोत्राचा वारसा सांभाळतो आहे; पण त्याचाही ' वसिष्ठ ' कुठं झाला आहे, हे मला माहीत आहे. अर्थात, नाइलाजानं ' वसिष्ठ ' होणं आणि सहजधर्मानं होणं, यात फरक आहेच. त्यामुळे सोसण्याचा वारसा चालू आहेच.

अर्थात, तुमची आणि आमची तुलना होणं अशक्यच.

तुम्ही शेवटच्या श्वासापर्यंत गप्प राह्यलात आणि जाताना एक जबरदस्त वेदना मागं ठेवून गेलात. बारा वर्षं झाली, पण त्याचा ठणका कमी झालेला नाही. तुमच्या पिंडाला कावळा शिवला नाही.

तुम्ही तेव्हाही काय हवं होतं ते सांगितलं नाहीत. अलिप्त वृत्तीनं जीवनयात्रा पार

करीत असताना, कोणत्या मुक्कामावर तुमचा जीव गुंतला होता, ते समजलं नाही. आम्ही अंदाज करीत गेलो, ते चुकत राह्यले. आम्ही काही ना काही शब्द देत गेलो, तुम्हाला खात्री वाटली नाही.

तुमच्याइतका निग्रह आणि शब्द पुरा करण्याची कुवत आमच्यापैकी एकाजवळही नाही, हे जाणून तुम्ही अशांत होतात, की तुमच्या अपूर्ण इच्छेपर्यंत आम्हालाच पोहोचता आलं नाही..?

तुमची शुद्ध जाण्यापूर्वीच्या क्षणाची ती एखादी इच्छा होती, की संपूर्ण आयुष्यभर बाळगलेली खंत होती, हे कसं समजावं..?

ती जर उभ्या आयुष्याची खंत असेल, तर त्याला तुम्ही एकटे नक्की जबाबदार नव्हेत; कारण तुमचं कष्टांशी वावडं नव्हतं. अंगोपांगी आळस भरलेली क्रियाशून्य माणसं, ऐदी वृत्तीनं उद्दाम झालेली माणसं पंचविशी जवळ आली तरी स्वत:च्या आयुष्याचा विचार करीत नाहीत आणि अपयशाचं खापर, जीव टाकणाऱ्या आई-वडिलांवर टाकताना मी पाह्यलेली आहेत आणि तरीही अशा मुलांना चौदावं रत्न न दाखवता त्या आया आतल्या आत कशी रोज स्वत:ची चिता पेटवत आहेत, तीही स्वत:च्याच हातानं, तेही मी पाहत आहे. अशीच एक आई एकोणीसशे सत्तेचाळीस साली तुमच्याकडे चित्रकला शिकायला येत होती. तिचा मुलगा ' गर्द 'च्या गर्द जंगलात ' ला पता ' झाला आहे. ' गर्द ' म्हणजे काय हे तुम्हाला समजण नाही. सुपारी, फार तर विडा, ही तुमची कमाल मर्यादा. तेही रोज नाही. विड्यासारख्या क्षुल्लक-नगण्य गोष्टीचं दिवाळी-दसऱ्यासारख्या सणावारीच सीमोल्लंघन होत असे. तुम्ही शहात्तर साली गेलात. गेल्या बारा वर्षांत जी प्रगती झाली, ती उत्कर्षापेक्षाही अधोगतीच्या दिशेनंच जास्त आहे; म्हणून तुम्ही ' गर्द ' म्हणजे काय ते ऐकलंत की ' सर्द ' व्हाल.

तुमच्या बाबतीत सवालच नव्हता.

स्वत:ला सामान्य मानून तुम्ही असामान्य कष्ट केलेत. एकोणीसशे सात सालच्या डायरीत तुम्ही पहिल्या पानावर तुमची पहिलीवहिली खंत तुम्ही लिहिली आहे.

' रोजनिशी अगदी निष्काळजीपणानं आणि अनियमितपणानं लिहिण्याच्या स्वभावानं, सवयीमुळे आणि विशेषत: माझा जीवनक्रम उच्च शिक्षणाच्या अभावी अगदी साधारण प्रतीचा असल्यामुळे, प्रस्तुत पुस्तकातील हकीकती तितक्याच योग्यतेच्या असल्यास नवल नाही. '

तो काळ कसा होता हे जसं जाणता येत नाही, त्याचप्रमाणे किंवा त्याहीपेक्षा तुमची

परिस्थिती कशी होती, हेही जाणता येणार नाही. आईवडील आणि परिस्थिती यांच्या नावानं बोटं मोडण्याची कला तुम्हाला अवगत नव्हती. ' संधी मिळाली असती तर कुठच्या कुठे गेलो असतो ' ही वाक्यं अनेकजण कुठंही न जाता ऐकवत असतात. दिसते न दिसते अशा चांदणीनं ' संधी मिळाली असती तर मीच ध्रुवतारा झाले असते ' असं कोसळताना म्हणावं, अशी माणसं नाट्य आणि चित्रपट क्षेत्रात तुम्हाला कमी भेटली असतील का? त्या क्षेत्रातलं सोडून देऊ.

पण सध्या शाळा आहेत. भारंभार क्लासेस आहेत. चोवीस तासात फाडफाड इंग्रजी, आठ तासात तसंच मराठी, गणित तर ' एक, दोन, तीन ' म्हणेम्हणेतो, असे वर्ग निघाले आहेत. ' फाडफाड ' बोलणारी माणसं काय तुम्हाला कमी भेटली का? त्यांना तर विषयाचीही जरुरी पडली नाही; पण तशा फाडफाड बोलणाऱ्या माणसांवरही तुमच्याजवळ त्यांना गप्प बसवण्याचा मंत्र होता. तो मंत्र ' कृती ' करणं हाच.

आज हे असे वर्ग आहेत. भारंभार गाईड्स आहेत. शिकवण्या ठेवण्याची पालकांना ऐपत आहे. तरीही उनाड आणि काठावर पास होणाऱ्यांची संख्या कमी नाही. काही काही घरांतून तर सुबत्ताच प्रगतीच्या आड येत आहे. मग अपुऱ्या शिक्षणाची तुम्हाला इतकी खंत का वाटावी?

तुम्हाला डिग्रीच हवी होती का?

अण्णा,

' सत्तेचे गुलाम ' नाटकासाठी तुम्ही नेपथ्य केलंत. एकोणीसशे बावीस सालातील ही हकीकत. सहासष्ट वर्षांपूर्वीचा हा इतिहास. केरोपंतांचा दिवाणखाना मधल्या मजल्यावर आहे, असा भास तुम्ही केवळ जिन्याच्या कठड्यांची मांडणी करून निर्माण केला होतात. इतकंच नव्हे, तर वकिली पेशावरची, कायद्यावरची जाड जाड पुस्तकं आणि त्यांचं ते भरलेलं मोठं कपाट सेटवर पाहून नटवर्य नानासाहेब फाटक बापुराव पेंढारकरांना म्हणाले, " तुमच्या या नवीन चित्रकाराला नाट्यव्यवसायाची काही माहिती दिसत नाही. गावोगावी हे पुस्तकांचं कपाट हलवायचं कसं? "

पेंढारकर हसले. ते पुस्तकांचं कपाट आणि नानासाहेबांचा प्रश्न दोन्ही पोकळ होतं. पुस्तकं रंगवलेली होती. नानासाहेबांसारख्या नटवर्यांच्या या सर्टिफिकेटची बरोबरी कोणत्या विद्यापीठाच्या सर्टिफिकेटला करता येईल? तुमच्या ब्रशचं हे सामर्थ्य, पुण्यात ज्यांनी ज्यांनी डॉ. एच. व्ही. सरदेसाईंचा बाहेरचा हॉल पाह्यला असेल, त्यांना समजलं असेल. डॉ. सरदेसाईंनी ती पेंटिंग्ज आता सांभाळली नसतील, तर आपल्या घरात तुम्ही तुमच्या वयाच्या त्र्याऐंशीव्या वर्षी भिंतीवर जे कपाट रंगवलेलं आहे, ते पाहून चित्रकार देऊसकरांसहित भलेभले लोक फसले आहेत, आजही फसतात.

रघुवीर दाते, साउन्ड रेकॉर्डिस्ट यानं मला राजकमलमधली एक हकीकत सांगितली. पण फार उशिरा. ' सांगे वडिलांची कीर्ती ' पुस्तकाची पहिली आवृत्ती प्रकाशित झाल्यावर सांगितली.

' अमर भूपाळी ' चित्रपटासाठी होनाजीच्या शेताचं सेटिंग स्टुडिओत उभारण्यात आलं होतं. प्रत्यक्षात सेट जिथे संपतो त्याच्यामागे, भिंतीपासून एक-दीड फूट अंतर सोडून तुमची शेताची बॅकग्राउंड पडद्यावर अवतरलेली.

खरी झाडं आणि रंगविलेली झाडं यातला फरक माणसांना तर ओळखता येत नव्हता; पण प्रत्यक्षात गवत पेरून त्यातली पाऊलवाट तुम्ही पुढे पडद्यावर तशीच्या तशी रंगवली आहे, हे होनाजी बाळाच्या गाईलाही समजलं नाही. ती पाऊलवाटेवरून चालत राहिली. बॅकग्राउंडच्या पडद्यापाशी थटली, तेव्हा पुढे जाण्यासाठी त्या गाईनं पडद्याला शिंगं मारायला सुरुवात केली.

पुअर गाय !

स्वत:च्या कौतुकाच्या संदर्भातल्या या हकीकती तुम्ही आम्हाला कधी सांगितल्या नाहीत.

' आधी केले । मग सांगितले ।। '

या चरणातला फक्त पूर्वार्धच तुम्हाला संमत होता. आचरणाच्या बाबतीतही हाच दंडक असावा. पण लिखित स्वरूपात जेव्हा काही नोंद ठेवायची असते, तेव्हा इतिहास म्हणून वेगळं महत्त्व असतं.

आज सांगतो, त्या दृष्टिकोनातून तुमचं ' रंगभूमीवरील नेपथ्य ' याचं लिखाण मला अपुरं वाटलं. तुमच्या नेपथ्यातील सामर्थ्याच्या जागा आणि योजलेल्या युक्त्या सांगताना ' पथ्य ' सांभाळण्याचं कारण नव्हतं.

वैकुंठाच्या शेतात प्रत्यक्ष पाणी वाहणारा पाट तुम्ही सहासष्ट वर्षांपूर्वी रंगभूमीवर दाखवू शकलात. वैकुंठ त्या पाटात आपले मातीचे - चिखलाचे हात प्रत्यक्ष धूत असे, हे श्री. भालचंद्र पेंढारकर जेव्हा ती भूमिका करू लागले, तेव्हा मी स्वत: पाह्यल्याचं मला आठवतं.

एका प्रयोगात तर केरोपंत वकिलांनी म्हणजे नानासाहेब फाटकांनी स्टेजवर प्रत्यक्ष मोटार आणली होती. आपल्या वैभवाची छाप नाटकातल्या नलिनीवर पाडण्यासाठी ते स्वत:च्या गाडीतून वैकुंठाच्या शेतावर येतात. त्या वेळी नलिनीप्रमाणेच, स्वत:ची एन्ट्री प्रेक्षकांच्याही ध्यानात राहण्यासाठी त्यांनी तसा प्रवेश केल्याचं तुम्ही मला सांगितलं होतं. प्रत्येक प्रयोगाची ती गरज नव्हती, म्हणून विंगमध्येच मोटारीचा हॉर्न वाजवून केरोपंतांचं आगमन झाल्याचं श्रोत्यांना समजत असे; पण मराठी रंगभूमी त्या काळातही आधुनिक होऊ शकत होती.

हे तर अर्थात काहीच नाही. माझ्या बालपणची एक हकीकत मला आजही आठवते.

लोंढेकाकांच्या प्रभाकर नाटक मंडळींसाठी तुम्ही रेल्वेचा संपूर्ण डबा रंगमंचावर आणला होतात. नक्की आठवत नाही, पण वाटतं, प्रेमसंन्यास नाटकात नायिका गाडीतून उडी मारते असा प्रसंग आहे. त्यासाठी तुम्ही रेल्वेचा डबा हुबेहूब बनवला होतात. ते काम चालू असताना मी तुमच्याबरोबर अधूनमधून येत होतो.

अकरा ऑक्टोबर अठ्ठावीस रोजी ‘ वधुपरीक्षा ’ नाटक रंगभूमीवर आल्याचं तुम्ही लिहिलं आहे. त्यात ‘ त्रिवेणी ’ विहिरीत उडी मारते. तिला वाचवण्यासाठी धुरंधर पाठोपाठ उडी मारतो. दोन्ही वेळेला उडी मारल्याचा आवाज प्रेक्षकांना ऐकू येतो आणि स्टेजवर पाणीही उडतं. निथळत्या अवस्थेत धुरंधर मग त्रिवेणीला हातावर उचलून बाहेर आणतो. ‘ प्रेक्षकांकडून पसंतीची पावती टाळ्यांच्या रूपानं मिळत असे, ’ इतक्या माफक शब्दांत तुम्ही नेपथ्यकाराचं, म्हणजे स्वतःचं कौतुक सांगितलंत. जिथं रास्त, नव्हे आवश्यक ठरलं असतं, तिथं तेवढ्याचपुरते तुम्ही अत्रे का झाला नाहीत? - ‘ गोस्वामी मानवप्रकाशम् ’ ही तुम्हा साहित्यिकांची एक संस्था. ‘ मा ’ म्हणजे मामा हुदलीकर, ‘ न ’ म्हणजे नरहर गणेश कमतनूरकर, ‘ व ’ म्हणजे मामा वरेरकर, ‘ प्र ’ म्हणजे प्रल्हाद केशव अत्रे, ‘ का ’ म्हणजे काळे (तुम्ही), ‘ शम् ’ म्हणजे शंकर कृष्ण देवभक्त आणि या मंडळात उशिरा सामील झालेले ‘ गोस्वामी ’ म्हणजे गोविंदराव टेंबे, असा उलगडा तुम्ही एकदा केला होता. ‘ महाराष्ट्र कुटुंबमाला ’ या प्रकाशन संस्थेची खिल्ली उडवण्यासाठी तुम्ही मंडळींनी ‘ महाराष्ट्र फकीरमाला ’ काढली होतीत. आचार्य अत्रे यांची ‘ नवयुग ’ ‘ मराठा ’ ही साप्ताहिकं-दैनिकं त्यांची स्वतःची भलावण कशी दणदणीत करीत होती, हेही तुम्हाला माहीत होतं. आचार्य अत्रे या वादळाला हे सगळंच शोभत होतं आणि तरीही तुम्ही तुमच्याच कारकीर्दीबाबत लिहिण्यापुरते ‘ अत्रे ’ झाला असतात, तर ते जरुरीचं होतं. ‘ ललितकलादर्शचं हे नेपथ्य सुखद वाटलं. ’ ‘ ललितकलेनंच प्रथम ‘बॉक्ससीन ’ वेगळ्या धर्तीनं उभा केला ’ - असे मोघम उल्लेख तुम्ही आत्मचरित्र असूनही अतीव संकोचापोटी केलेत. त्यामुळे ललितकलेकडे नेपथ्यकारांची कमिटी वगैरे होती की काय, असं वाटण्याइतका भिडस्तपणा तुम्ही का दाखवलात? आधुनिक साधनसामग्री हाताशी नसताना तुम्ही हे या प्रकारचे ‘ इफेक्ट्स ’ कसे साधलेत, हे लिहिणं आवश्यक होतं - कारण त्यांची पार्श्वभूमी ही रंगभूमीवरच्या दर्शनाइतकीच आकर्षक होती. ‘ काय सुचलं? ’ या प्रश्नापाठोपाठ मग ‘ कसं सुचलं ’ हा प्रश्न आलाच. निर्मितीच्या सुखद दर्शनानं चर्मचक्षू तृप्त झाले, की ज्ञानचक्षूंना ‘ साक्षात्कारा ’चा क्षण वेध लावतो. ‘ कुतूहल ’ हा प्रवासी नेहमी मुक्कामाच्या गावातच स्थिरावतो. ‘ धर्मशाळे ’त रमणारा प्रवासी हा नव्हे. अशा

जिज्ञासूंसाठी पार्श्वभूमीवरही एक स्पॉटलाइट हवा. ' कृष्णार्जुन युद्ध ' नाटकातल्या चित्ररथ गंधर्वाच्या विमानाच्या देखाव्यातल्या त्रुटी आणि वास्तवतेला जे गालबोट लागलेलं आहे, ते तुम्ही मस्तपणे, तुमच्या खुसखुशीत शैलीत मांडलंत, त्याचप्रमाणे धडाडून पेटलेली चिता स्टेजवर कशी दाखविली जाते, हेही सांगायला हवं होतं असं वाटतं. वास्तवतेचं यथार्थदर्शन व्हावं या हेतूनं गडकऱ्यांचं ' राजसंन्यास ' हे नाटक पाच-सहा वेळा पाहून त्यातला, तुलसी-मंजुळा-संभाजी हा संपूर्ण प्रसंग लेखनापासून नेपथ्यापर्यंत कसा हवा होता आणि नाटककारालाही त्या बत्तीस बाय बावीस बाय सोळा फूट रंगभूमीचं भान कसं हवं, हेही तुम्ही सांगितलंत. 'मृच्छकटिक' नाटकातला पावसाचा प्रत्यक्ष देखावा पाहून मी आणि सिंधुताई अवाक झालो होतो. नाटक संपल्यावर तुम्ही मला आत घेऊन गेलात. मंडपीजवळ स्टेजच्या लांबीइतका, एकाएका इंचावर भोकं पाडलेला पाण्याचा पाईप. त्या काळात पाण्याचं दुर्भिक्ष नव्हतं; कारण पाटबंधारे खातं आणि पाणीवाटपाचा विचका करणारं सरकार राज्यावर यायचं होतं. म्हणूनच चारूदत्त-वसंतसेनेची ' अंगे भिजली जलधारांनी ' खरीखुरी पाहायला मिळाली. सिंधुताई मात्र वेगळ्या कारणासाठी आत आली.
' चारूदत्ता 'ची भूमिका करणाऱ्या तिच्या लोंढेकाकांना तिला प्रत्यक्ष बघायचं होतं. चारूदत्ताला फासावर चढवायचा सीन सुरू झाल्यापासून ती हबकली होती. आता आपले लोंढेकाका आपल्याला पुन्हा दिसणार नाहीत, या भीतीनं ती चक्क रडत होती. त्या देखाव्याचा तिच्या मनावर इतका इम्पॅक्ट झाला होता, की नेहमीच्या वेषातले लोंढेकाका समोर दिसेतो ती बेचैन होती.

थोडक्यात,

पन्नास-साठ वर्षांपूर्वीची रंगभूमी पाऊस झेलत होती. रसिकांच्या टाळ्यांप्रमाणेच खऱ्याखुऱ्या श्रावणधारांत भिजत होती. मोटारीपासून रेल्वेच्या डब्यापर्यंत सगळ्या वाहनांना तिथं ' एन्ट्री ' होती. स्टेजखालच्या तळघराचाही वापर करून देऊन, कलावंतांच्या अपराधांनाच केवळ तिनं पोटात जागा दिली नव्हती, तर आत्महत्येचे प्रसंग वास्तव करण्यासाठीही तिच्या पोटात, नेपथ्यासाठी उदंड माया होती. इतकंच नव्हे, तर चितेच्या ज्वालांचे चटके पचवण्याची सहनशक्तीही तिच्यापाशी होती.
' सहनशक्ती ' हे तुमचंही सामर्थ्य.

शारीरिक, मानसिक, आध्यात्मिक साधना या सगळ्या शक्तींना जी मागं सारते, ती सहनशक्ती.

तरीही,

या वेगवेगळ्या संकल्पना तुम्ही आणि इतर नेपथ्यकारांनी कशा केल्या, ते तुम्ही सांगायला हवं होतंत. कार्य केलं की त्याची कुठं ना कुठं नोंद होते, केलेलं वाया जात नाही, असं तुम्ही मला सतत सांगत आलात. काय काय वाया गेलं, हे दिसत

असूनही तुमची या मूल्यांवर श्रद्धा कशी होती?
का हेच तुमचं शल्य?
कावळा म्हणूनच शिवला नाही का?
आम्ही सगळ्यांनी दोन तास प्रतीक्षा केली. एका साळुंकीनं पिंडाला चोच लावली. पण कावळे शिवेनात. ' सर्वांभूती आत्मा एक ' या वचनानं समाधान झालं नाही -आणि या आठवणीनं बारा वर्षांनंतरही आजसुद्धा कधीकधी उदास वाटतं.

मला मात्र तुम्ही या गंमती सांगितल्या होत्यात. 'वधुपरीक्षा' नाटकातली विहिरीची कल्पना ऐकून मी चक्रावलो होतो. स्टेजवरच्या लाकडी फळ्या बाजूला करून, काही काही नाट्यगृहांच्या तळघराचा तुम्ही उपयोग करून घेतलात. विहिरीचा काठही चार-पाच फूट उंच करून विहिरीची खोली वाढवली होती. विहिरीच्या तळाशी गाद्या पसरलेल्या असत. त्यामुळे उडी मारलेल्या कलावंताला इजा होत नव्हती. कोमट पाण्यानं बादली भरलेली असायची. ती चक्क अंगावर ओतली जायची. विंगमध्ये त्याच वेळेला एका भल्यामोठ्या पाण्याच्या पातेल्यात लहान तोंडाची घागर उलटी आपटत असत. हा झाला उडीचा ' साउंड इफेक्ट. ' त्याचवेळेला एक बॅक स्टेज आर्टिस्ट विहिरीतून ओंजळभर पाणी स्टेजवर फेकायचा. धुरंधरनं त्रिवेणीला वाचवण्यासाठी उडी मारली की पुन्हा हे सगळं केलं जायचं. निथळत्या अंगानं दोघं विहिरीतून आल्यावर प्रेक्षकांनी टाळ्या का देऊ नयेत? स्त्रियांची कामं पुरुषच करीत असल्यामुळे ' सेन्सॉर बोर्ड ' अस्तित्वातच नव्हतं. ' हिट आणि हॉट ' शब्दसुद्धा जन्माला आले नव्हते. त्या काळात सेन्सॉर बोर्ड जर असतं, तर 'साडीवरचा गर्भपाताचा निळा रंग, लाल समजावा ' या जाहिरातीच्या चालीवर, ' विहिरीतून जीव वाचवलेली स्त्री, पुरुषच समजावी, नाटकातसुद्धा ' अशी पळवाट निर्मात्यांनी शोधली असती आणि समाजानं ते ऐकलंही असतं.

चितेचं वर्णनही मला अजून आठवतं.
तांबड्या-भगव्या जिलेटिनच्या पट्ट्या कापल्या जात. आकाशकंदिलांना आपण शेपट्या लावत होतो त्याप्रमाणे. फूटभर उंचीच्या आकाराची, लाकडाची चित्रं रंगवलेली एक फळी समोर ठेवत असत. त्याच्यामागे एक स्पॉटलाइट, शेजारी एक टेबलफॅन वरती - छताकडे तोंड करून मांडला जात असे. त्याशिवाय उदा-धुपाचं भांडंही धूप घालून ठेवलं जायचं. स्पॉटलाइटमुळे त्या जिलेटिनच्या पट्ट्या ज्वालांसारख्या दिसायच्या. छोट्या टेबलफॅनमुळे जिलेटिनच्या पट्ट्या ज्वाळांप्रमाणेच वरवर उडायच्या. त्यांचा एकमेकांवर आपटल्यामुळे चट्‌चट् असा आवाजही

यायचा. शिवाय धूप टाकल्यामुळे धूरही व्हायचाच. स्टेजवर काळोख असायचा; त्यामुळे खरोखर चिता धडाडल्यासारखी वाटायची. प्रेक्षकांनी टाळ्या का देऊ नयेत?

अण्णा, पडद्याला टाळी पडते, हा क्षण मला ' पंडितराज जगन्नाथ, ' ' आकाशगंगा, ' ' बहुरूपी हा खेळ असा ' या नाटकांच्या प्रयोगाच्या वेळेला जगायला मिळाला. अगदी तो क्षण तुम्हाला कसा वाटला, याची तुमच्या डायरीत नोंद नाही. तुमच्या त्या एकोणीसशे आठ सालापासूनच्या डायऱ्या मीही बारा वर्षं सांभाळल्या आहेत. तिथं फक्त घटनांची नोंद आहे. त्या घटनांचे तुमच्या मनावर, विचारसरणीवर होणारे परिणाम, एखाद्या व्यक्तीच्या वागण्यानुसार तुमचा बदललेला दृष्टिकोन... त्यापैकी काही नाही.

राजकमलनं काढलेल्या एका चित्रपटाच्या स्मरणिकेत, आर्ट डायरेक्टर म्हणून तुमचं नाव छापायचं राहून गेलं. व्ही. शांताराम यांच्यासारख्या अत्यंत काटेकोर माणसाकडून हे नजरचुकीनं राहून जाणं शक्य नाही, तरी तुम्ही तिकडे डोळेझाक केलीत. जाहीरपणे खेद व्यक्त करण्याची तुमची वृत्ती नव्हतीच; पण डायरीतही तुम्ही मूकरुदन केलं नाहीत. मूकरुदन आणि अरण्यरुदन दोन्ही सारखंच. एक जंगल जनात, एक जंगल मनात. बाहेरच्या जंगलात आपलं दु:ख ऐकून पाठ फिरविणारी श्वापदंच जास्त. याचं एक वाढतं शल्य. मनातलं जंगल परवडलं. भाऊसाहेब पाटणकरांनी एका घरगुती बैठकीत एक शेर ऐकवला होता -

बचा लिया तुफा के मौजो ने वरना
किनारेवाले सफीना मेरा डुबो देते ।

' या वादळी लाटांनी मला समुद्राच्या मध्यभागी नेलं आणि वाचवलं ते बरं झालं, नाही तर किनाऱ्यावरच्या आप्तस्वकीय, मित्रांनी माझा तराफा बुडवला असता. ' तुम्ही मूकरुदनही केलं नाहीत का हो?

मला एक घटना आठवते,

एकोणीसशे बासष्टच्या सुमारास तुम्ही राजकमल सोडलंत. वयाच्या चौऱ्याहत्तराव्या वर्षी, एका जिवावरच्या आजारपणापायी. यानंतर अंदाजानं दोन-अडीच वर्षांनी राजकमलकडून तुम्हाला ' गीत गाया पत्थरोंने ' चित्रपटासाठी आउटडोअर मॅट शॉटच्या सेटिंगसाठी आमंत्रण आलं. चित्रकार जाधवरावांचा अपवाद वगळला तर इतर खुशामतीवर काम भागवणारे जे आर्ट डायरेक्टर भेटले होते, त्यांनी ' वो जमाना नहीं ' चा सूर लावला होता. ' खुशामत ' या शब्दसम्राटाचं वाहन असतं ' बडबड. ' ' तोंडची वाफ ' ही त्या रथाची सारथी. कुरूक्षेत्राकडे पाठ फिरवणारे

अश्व त्या रथाला जोडलेले असतात. ‘ पांचजन्य ’ मात्र खरा, जो इतरांच्या नावानं करण्यासाठी वापरला जातो. समरांगणात आवाहन देण्यासाठी नाही. प्रत्यक्ष कृती करण्याची जेव्हा वेळ आली, तेव्हा ‘ पुरुषोत्तमा ’लाच बोलवावं लागलं. आपल्या जिवावरच्या आजारपणात राजकमलनं चौकशी पण केली नाही, याचं शल्य न बाळगता तुम्ही सेट मांडून दिलात.

तुम्हाला प्रिमियरचं आमंत्रणही आलं नाही. तुम्ही स्वत: स्वखर्चानं, प्लाझाला जाऊन पहिला शो बघून आलात आणि सतरा जानेवारी एकोणीसशे पासष्ट रोजी आपण होऊन व्ही. शांतारामना अभिनंदनाचं पत्र पाठवलंत. तुम्ही आमंत्रणाची जिथं अपेक्षा ठेवली नाहीत, तिथं स्मरणिकेत रास्त श्रेय मिळायला हवं होतं, याचाही हट्ट धरला नाहीत.

हट्ट तर विसराच, तुम्ही त्याची विचारणाही केली नाहीत.

राजकमलची नोकरी ही निव्वळ नोकरीच होती. तिथे भावनात्मक नातं निर्माण होण्याची सुतराम शक्यता नव्हती. नाहीतर ‘ ललितकलेच्या सहवासात ’ या पुस्तकानंतर ‘ राजकमलच्या सहवासात ’ हे पुस्तक तुम्हाला का लिहावंसं वाटलं नाही?

तुमचे आणि बापुराव पेंढारकरांचे जिव्हाळ्याचे संबंध होते आणि तरीही तुमची अस्मिता तुम्ही जपली होतीत. म्हणून बापुराव पेंढारकर, नव्या नाटकाच्या पहिल्या चारपाच प्रयोगांनंतर, वाट पाहून तुम्हाला शेवटी सांगायचे, “ काळेमामा, आता वहिनींना घेऊन नव्या नाटकाला या. आमंत्रणाची वाट का पाहता? ”

नंतर घरातल्यांना नाटक पाहायला मिळायचं, हे मला ताईकडून समजलं.

बापुराव पेंढारकरांसारखे कलावंत, ललितकलादर्शसारख्या दर्जेदार नाटक कंपनीचे मालक अल्पायुषी ठरावेत, निष्कांचन परिस्थितीनं त्यांना वेढावं हा दैवदुर्विलास. पेंढारकरांकडे उघडपणे पैसे मागता येईनात, म्हणून कुणीतरी तुम्हाला घर बांधायला काढण्याचा सल्ला दिला; म्हणजे त्या निमित्तानं तरी तुम्ही पैसे मागू शकाल. पण तुम्हाला ते जमलं नाही. गंगाधरपंत लोंढ्यांनी तुम्हाला पेंढारकरांवर फिर्याद करायला सांगितली ती तुमच्यावरील प्रेमामुळे. तुम्ही म्हणालात, “ माझ्याजवळ जर पैसे असते तर मीच पेंढारकरांना मदत केली असती. ”

त्यानंतर योगायोग म्हणजे खुद्द लोंढेकाकाच तुमचे पैसे देऊ शकले नाहीत.

तुम्ही त्यांना कायदेशीर नोटीस पाठवलीत. मग लोंढेकाका धावतपळत भेटायला आले. ताईला म्हणाले, “ आमचं भांडण काळेमामांशी आहे; तुमच्याशी नाही. भाऊबीजेला येणारच. ” पण नंतर तुम्ही हसत हसत नोटीस फाडून टाकलीत

आणि म्हणालात, '' फिर्याद केली की काय वाटतं, कळलं? कल्पना यावी म्हणून गंमत केली. ''

लोंढेकाकांनाही दीर्घायुष्य लाभलं नाही. ऐन दसऱ्याच्या दिवशी ते गेले. रंगभूमीवरचा हा शेवटचा धैर्यधर.

कोणत्याही ' श्रमाचं ' साफल्य होत नसतानाही तुम्ही बंगल्याचं नाव ' साफल्य ' - नव्हे ' श्रमसाफल्य ' ठेवलंत. आमच्या सर्वांची साफल्याची व्याख्या बँकेच्या काउंटरपाशी थांबते आणि त्यात फारसं काही चुकलेलं होतं का?

पण तुमचं-आमचं जग वेगळं होतं. रेशमाचा धागा निर्माण करणाऱ्या किड्याला रेशमाचा बाजारभाव कुठे माहीत असतो? म्हणूनच, लोंढेकाकांच्या बाबतीतही रेशमाचा, मैत्रीचा धागा शेवटपर्यंत रेशमाचाच राह्यला.

तुम्ही अमाप आनंद मिळवलात. तुमचा आनंद स्वयंभू होता. कर्मयोगातून मिळणारा आनंद स्वावलंबी असतो. तुम्ही सिद्धी मिळवलीत. ' प्रसिद्धी 'साठी इतरांवर अवलंबून राहावं लागतं. म्हणजेच कोणत्या तरी कंपूत सामील व्हावं लागतं. आपली ' तळी ' उचलून धरली जावी, म्हणून ' पातळी ' नसलेल्या माणसांना जवळ करावं लागतं. तुम्ही म्हणूनच ' केलेलं कार्य वाया जात नाही ' म्हणत काम करीत आलात.

पण अण्णा,

काळ खूप बदलला होता आणि आता तर आणखीनच बदललाय. तुमच्या कामाचं श्रेय तुम्हाला व्यावहारिक जगात तरी नाहीच मिळालं, पण तुमच्या निर्वाणानंतर तुमच्या कामाचा उल्लेखही केला गेला नाही. व्ही शांताराम यांनी ' शांतारामा ' नावाचं पुस्तक लिहिलं. स्वतःचीच महती गाणाऱ्या या ' आय स्पेशालिस्ट 'च्या चरित्रात त्यांनी वसंत देसाईंपासून तुमच्यापर्यंत, कुणालाही त्याचं त्याचं श्रेय दिलेलं नाही. ' राजकमल 'चं बोधचिन्ह ' विजया महाद्वार ' या अभिनेत्रीनं सजीव केलं. ' कमळात उभं राहून पुष्पवर्षाव करणारं बोधचिन्ह म्हणजेसुद्धा मी स्वतःच, 'एवढंच विधान फक्त त्यांनी केलेलं नाही. बाकी सगळं मीच केलं, ही त्यांची भूमिका आहे. श्री. अरुण आठल्ये आणि मागच्या पिढीतले ' लास्ट ऑफ द रोमन्स ' श्री. वसंत शांताराम देसाईंनी त्या पुस्तकाचा परामर्श घेतला. पण सेवानिवृत्त न्यायाधीश वसंत शांताराम देसाईंनी फक्त बालगंधर्वांच्या संदर्भातल्या मजकुराबाबत, आरशाची दुसरी बाजू प्रकाशात आणून, त्यांच्या दैवताला न्याय दिला. नेपथ्याबद्दलच्या जुन्या माहितीचा उल्लेख, तुम्हाला कधीही न पोहोचणाऱ्या या पत्रात मी केला, तो त्याची कुठंतरी नोंद व्हावी म्हणून. तुमच्या दोन पुस्तकांत

ही वर्णनं सविस्तर लिहिण्याचा तुम्हाला हक्क असूनही ती आत्मश्लाघा ठरेल, या अवास्तव भावनेनं तुम्ही स्वतःलाही न्याय दिला नाहीत.

तुमच्या कल्पकतेचा लाभ परिवारातल्या अनेकांना झाला. ' श्रमसाफल्य ' बंगल्यात या कल्पकतेच्या खाणाखुणा कितीतरी ठिकाणी होत्या.

आपल्या बंगल्याचा मुख्य हॉल बारा बाय एकवीसचा होता. त्याला ' रफ् शहाबाद ' फरशी होती. त्या खडबडीत फरशांत काही खड्डे आणि दगडातल्या लहरी होत्या. तुमच्यातल्या शिल्पकारानं त्यात लपलेली शिल्पं हेरून, त्यात पॅटर्न्स बनवले होते. तुमच्या राजकमलच्या खोलीच्या खिडकीची काच फुटलेली होती. काचेचा तो तडा झाकण्यासाठी तुम्ही त्या तड्याचं झाडाच्या खोडात रूपांतर करून काचेवर एक ऑईलपेन्ट लँडस्केप बनवलं होतंत...

दोन्ही हातांची बोटं जुळवून, तुम्ही भिंतीवर, रात्रीच्या प्रकाशात सावल्यांची कितीतरी चित्रं आम्हाला करून दाखवत होतात. अधूनमधून तशी चित्रं मी माझ्या नातींना दाखवतो, तेव्हा त्यांना त्यात वेगवेगळे प्राणी दिसतात; मला तुम्ही दिसता. तडे सांधले जातच नाहीत. तुम्ही ते कलात्मकतेनं झाकत गेलात. काचेचे तडे असे लपवता तरी येतात.

मनाला जाणाऱ्या तड्यांचं काय?

सोपानदेव चौधरी एकदा य. गो. जोशींच्या गच्चीवर त्यांच्या कविता म्हणून दाखवत होते. ' प्रसाद ' मासिकातून माझं नुकतंच लेखन चालू झालं होतं. संध्याकाळच्या सुमारास मी त्यांच्या घरी गेलो, तर काव्यगायनाची मेजवानी. पंचपक्वान्नांनी भरलेलं ताट. पण माझं मन धास्तावलेलं. मी स्वाद घेण्याच्या मनःस्थितीत नाही, कारण खाली सायकल होती आणि हँडलला त्या काळातल्या प्रसिद्ध ' पटणी ' तांदळाची पिशवी होती. दोन शेर तो भिकारडा तांदूळ घेतला, तर अच्छेर आंबेमोहर मिळायचा. सुखदुःखाचं गणित नेहमीच व्यस्त आणि व्यग्र करणारं असतं. गावातल्या एका ठराविक गिरणीत, शनिपाराजवळ ते तांदूळ सडून मिळत असतं. ती पिशवी घेऊन तातडीनं परत यायचं होतं. मी चारपाच कविता ऐकून नाईलाजानं आणि घाईघाईनं घरी परतलो, तर ताई शांतपणे म्हणाली,
" इतकी चांगली संधी सोडून उगीच आलास. "

अनेक मैफली अशाच सोडाव्या लागतात, त्यातला एखादा सूर सोबतीला घेऊन. सोपानदेवांनी तर कवितेचा एक चरणच सोबतीला दिला. तीन तपांच्या वर कालावधी लोटला आहे, तरी तो चरण, पावलापावलांवर ' स्मरण ' करून देतो.
- 'अश्रूंचे गाऱ्हाणे रक्ताला कळेना.'

तुम्हाला हे पूर्वीच माहीत असावं. म्हणून तुम्ही आसवं दिसूनच दिली नाहीत.
अण्णा,
अश्रूंचं गाऱ्हाणं आजही रक्ताला समजत नाहीए.
मी अश्रुपात किती वेळा केला हा आकडा सांगता येईल, की किती वेळा आवरता घेतला हा आकडा सांगता येईल, हेच नेमकं सांगता येणार नाही. तरीही, हजारो कार्यक्रम करणाऱ्या एखाद्या कलावंताला आपला एखादाच कार्यक्रम सतत आठवतो, त्याप्रमाणे मी माझ्याशीच केलेला अश्रुपाताचा एक प्रसंग मला वारंवार आठवतो. वेळ संध्याकाळची. मी पुण्यात. चितळ्यांच्या दुकानासमोर. वर भरून आलेलं आकाश. मी रिकामा. एकाकी. जवळ भरपूर रिकामा वेळ. मित्रांचं सैन्य तर तुम्हाला माहीतच होतं. पण एकाही घरी जावंसं वाटेना. फाटकात वाट बघत उभे राहणारे तुम्ही कधीच सोडून गेला होतात. ते फाटकच काय, पॅलेटवर ' श्रमसाफल्य ' ही सिमेंटनं कोरलेली अक्षरं डौलात वागवणारा तो बंगलाही तिथं उरला नव्हता. आता कुणाच्याही घरी कितीही थांबलो असतो तरी चालणार होतं आणि कुणाकडेच जावंसं वाटत नव्हतं. तुम्ही जेव्हा वाट बघत होतात, तेव्हा त्या काळात मी तुमच्या वाट्याला येत नव्हतो. आग्रह करून थांबवून धरणाऱ्यांकडेही रमत नव्हतो आणि घरातही ठरत नव्हतो. त्या दिवशी चितळ्यांच्या मिठाईच्या दुकानासमोर शून्यावस्थेत उभा राहिलो. मी आता कुणाकडे जाऊ? - या विचारानं डोळ्यांत तरारून पाणी आलं. एक तुम्ही गेलात आणि मला एक अख्खं शहर पारखं झालं. 'श्रमसाफल्या'तल्या तुमच्या कल्पक रचना आठवीत मी हरवलो.
हॉलमधल्या एका भिंतीला तुम्ही महिरपी कोनाडा केला होतात. सोनेरी रंगात भिंतीवर ' श्री 'कार रंगवला होता. चैत्रातल्या गौरीसाठी ही सोय. त्या भिंतीच्या समोर, भिंतीपासून सहा ते आठ फुटांवर, फरशीवर अर्धवर्तुळाकृतीत सोनेरी रंगात ' सुस्वागतम् ' हे कायमचं रंगवलेलं होतं. गौरीची आरास ह्या अक्षरांपर्यंत मांडली जात असे. हे तर अर्थात फार मामुली झालं. यापेक्षाही नावीन्य म्हणजे हॉलमध्ये चारही बाजूंना, चार इंच रुंदीचा लालभडक रंगाचा एक चौकोनी पट्टा ऑईलपेंटमध्ये रंगवला होता. चारही भिंतींना लागून एक पाट, पाटासमोर एक ताट मावेल इतकं अंतर सोडून हा पट्टा रंगवलेला होता. त्या काळी आपल्या घरी वेगवेगळे समारंभ होत असत. या तांबड्या पट्ट्याचा उपयोग रांगोळीसाठी. या पट्ट्यावरून रांगोळं फक्त फिरवायचं. ते आपोआप सरळ रेषेत येणार आणि तांबडा रंग तयारच असल्यामुळे रांगोळ्यात रांगोळीबरोबर गुलाल टाकावा लागत नसे.
आपल्या बंगल्याला बाहेरून एकूण पाच दरवाजे होते. त्या पाच प्रवेशांपैकी एका दरवाजाला तुम्ही फक्त आतल्या बाजूनेच कडी ठेवली होतीत. त्याचं कारण तुम्ही सांगितलंत, की बाहेरून सगळे दरवाजे लावून आपल्याला कोणीही कोंडून ठेवू

शकतो. तेव्हा कमीतकमी एक दरवाजा असा असावा, की तो फक्त आतून ऑपरेट करता येईल.

एकोणीसशे चौतीस सालातले तुमचे हे विचार चिरंतन स्वरूपाचे आहेत. एकोणीसशे एकाहत्तर साली साहित्यसहवासमध्ये मी आलो तेव्हा, दोन दरवाजांपैकी एकाची बाहेरची कडी मी प्रथम काढून टाकली.

आपल्या बंगल्याच्या किती आठवणी सांगू?

आर्थिक परिस्थिती बेतासबात नव्हे, तर वाईट होती. पण तरीही एखाद्या वस्तूची उपयुक्तता पटली, की ती वस्तू घरात येत होती. पंचधातूची एक पोकळ शेगडी तुमच्या पाहण्यात आली. त्यात दोन बादल्या पाणी मावत असे. एका बाजूने गार पाण्याचा नळ जोडलेला. दुसऱ्या बाजूला आणखी एक नळ. स्वयंपाकासाठी त्याला दोन शेगड्या. स्वयंपाक करताकरता त्या टाकीत आपोआप पाणी तापत असे. त्या काळात तुम्ही ती शेगडी घेतलीत. गरम पाण्याचा नळ बाथरूममध्ये त्या काळात होता.

सतराशे चौरस फूट बांधकाम चौतीस साली सात हजार रुपयांत झालं आणि ती एवढीशी रक्कम फिटायला चोपन्न साल उजाडावं लागलं.

तो बंगला विकावा लागला.

मी आता तेव्हापासून प्रभात रोडवरून जात नाही.

‘ श्रमसाफल्य ’ बंगल्याच्या ठिकाणी आता ‘ श्रमसाफल्य अपार्टमेंटस् ’ आहेत. ज्या बिल्डरनं अपार्टमेंटस् बांधली, त्यानं शेवटचे पाच हजार रुपये गेल्या बारा वर्षांत दिलेले नाहीत. अपार्टमेंटस्‌ना ‘ श्रमसाफल्य ’ नाव द्यायचं ही अट त्यानं पुरी केली.

आणखी एक छोटी गोष्ट.

आपल्या घरासमोर साहित्यसम्राट न. चिं. केळकरांच्या घराकडे जी गल्ली जाते, त्या गल्लीला ‘ नेपथ्यकार, पु. श्री. काळे पथ ’ हे नाव देण्यात आलं. ‘ श्रमसाफल्य ’च्या आवारात नामकरण सोहळा झाला. दिग्दर्शक आणि नाट्यव्यासंगी भालबा केळकरांच्या हस्ते हा समारंभ झाला. त्या दिवशी प्रथम मी त्या वास्तूत पाय ठेवला. या समारंभासाठी जो अध्यक्ष हवा होता, तो तुमच्यासारखाच कर्मयोगी, चारित्र्यसंपन्न, अविरत कष्ट करणारा, व्रतस्थ आणि तत्त्वनिष्ठ, शिवाय रंगभूमीची निरलस सेवा करणारा मिळणं आवश्यक होतं. माझं भाग्य म्हणून मला तेव्हा भालबा केळकर लाभले.

तेही अलीकडेच गेले.

हे सगळं कुणामुळे जमलं?

ताई खानीवाले यांच्यामुळे. त्या आपल्या सुहासच्या सासूबाई. अत्यंत कामसू,

विलक्षण उत्साही, सामाजिक कार्याची आवड आणि या सगळ्यापेक्षा महत्त्वाचा आणि दुर्मिळ गुण म्हणजे सेवाभावी वृत्ती.
वसुंधरेच्या आजारपणात त्यांनी तिची लहान मुलीसारखी सेवा केली आहे.
सांगणार नव्हतो, पण ओघात आलं म्हणून लिहितो...
तुमची लाडकी सून, जिनं स्वत:च्या जन्मदात्यांपेक्षा जास्त प्रेम आणि सेवा तुमची केली, ती वसुंधरा जानेवारी ८७ पासून ब्रेन ट्यूमरच्या छोट्या मोठ्या सहा शस्त्रक्रियांतून अद्याप बाहेर आलेली नाही. अर्धांगवायूचा चौथा अ‍ॅटॅक आलेला आहे. तिला बोलता येत नाही. वपुंच्या याही पार्टनरची वाचा नियतीनं काढून घेतलेली आहे. तुम्ही मुळातच अबोल. तरीही तुमची वाणी नियतीनं नेली. या उलट, तुफान गप्पागोष्टी, हास्यविनोदावर जिची भक्ती त्या वसुंधरेलाही हीच शिक्षा. तिला तर ही शिक्षा आहे याचीही जाणीव नाही. म्हणजे ही शिक्षा मलाच आहे. ज्याला जाणिवा आहेत, अपेक्षा असतात, त्यालाच शिक्षा होऊ शकते...
काहींच्या संवादांना माणूस असा पारखा होतो आणि मग इतरांच्या संवादांपासूनही माणूस तोडला जातो ते,
‘ अश्रूंचे गाऱ्हाणे रक्ताला कळेना ’
म्हणून.

‘श्रमसाफल्य अपार्टमेंटस्’मध्ये नामकरण सोहळ्याला ती उपस्थित होती. केवळ शरीरानं. प्रत्येक काम करण्यासाठी एखाद्या विजेसारखी झेपावणारी तुमची सून फ्यूज गेल्यासारखी नुसती हजर होती. त्या सोहळ्याचा अर्थबोध होत असल्याचं कोणतंही चिन्ह तिच्या चेहऱ्यावरती नव्हतं. तिचा तो संवेदनाविरहित चेहरा आणि चैतन्यशून्य हालचाल पाहून मी थेट एकोणीसशे त्र्याहत्तर सालात गेलो...
तुम्ही तेव्हा पंच्याऐंशी वर्षांचे होतात. तुम्हाला त्या वर्षीचं ‘विष्णुदास भावे सुवर्णपदक’ मिळालं होतं. तुम्ही तर आकलनशक्तीच्या पलीकडे गेलेले. सिंधुताईने पुण्याहून पत्र पाठवलं. पेपरटॅक्सी करून आपण सांगलीला गेलो. सिंधुताई, तुम्ही, मी आणि अजित. बरोबर त्याशिवाय वसुंधरा. आपण कुठे जात आहोत याचं तुम्हाला भान नव्हतं. नाहीतर तो प्रवास आपण सहलीसारखा केला असता. कॅमेरा आणि लॅंडस्केप्स करायचं साहित्य तर तुमच्या पिशवीत आणि ती पिशवी तुमच्याचजवळ असते. त्या समारंभावर तुम्ही नंतर ‘एक गोऱ्या काळ्यांचं काळं कुत्रं काळ्या काळ्यांना चावलं’ या धर्तीवर एखादा विनोदी लेख लिहिला असतात.
कदाचित एखादं विडंबन काव्यही.
मंगलाष्टकांप्रमाणे तुमचा विडंबन काव्यात हातखंडा.

मी मग आणखीन मागे गेलो. थेट बेचाळीस-त्रेचाळीस सालाच्या आसपास. आपण सगळे अप्पासाहेब सावळे यांच्या कारमधून विठ्ठलवाडी, बनेश्वरला सहलीला गेलो होतो. जी. एन. जोशींची ' नदी किनारी, नदी किनारी, नदी किनारी गं ' ही भावगीताची ध्वनिमुद्रिका तेव्हा गाजली होती. त्याच चालीवर तुम्ही, त्याच ट्रिपमध्ये एक कविता केलीत. चाळीत वर्षांच्यावर काळ लोटला असला तरी अजून ती ध्यानात आहे.

नदी किनारी, नदी किनारी, नदी किनारी ग ।

एके दिवशी ऐन दुपारी,
कारमधुनी गेलो सारी,
मजा कराया सोडुन नगरी
सुंदर मंदिरी ग,
नदी किनारी ग ॥१॥

लाडू, करंज्या, पुऱ्या पुरेपुर
फळे मधुर ती होती भरपुर
आग्रह करूनी खाती पोटभर
मजेत सारी ग,
नदी किनारी ग ॥२॥

झाले होते पिठले सुमधुर
भजी तशीही होती रुचकर
शिराही भरला खच्चून त्यावर
मग होत अनावर ग
नदी किनारी ग ॥३॥

चालत गेलो बांधावरुनी
इकडे तिकडे नव्हते कोणी
तांब्याभर ते घेऊन पाणी
तिथेच बसलो ग
नदी किनारी ग ॥४॥

पण त्र्याहत्तर साली, सुवर्णपदकाचे मानकरी होऊनही त्याचा आनंद नव्हता. यांत्रिक हालचाली करीत, ग. दि. माडगूळकरांच्या हस्ते तुम्ही सुवर्णपदक स्वीकारलंत. कार्यक्रम संध्याकाळी साडेसातनंतर संपला. मिरज स्टेशनवरून पुण्याला येणारी गाडी रात्री आठ वाजता होती. गाडी सुटायला तीनचार मिनिटांचा अवधी. तेवढ्यात तुम्ही ब्लँक झालात. मी धावतपळत ट्रेन कंडक्टरकडे धावलो. प्लॅटफॉर्मवर गाडी

समोरच. पण सगळ्या डब्यांवर कानडी भाषेत पाट्या. " पहिल्या वर्गाचा डबा कुठे आहे? " असं मी त्याला विचारलं. तिकीट हातात घेत तो म्हणाला,
" गाडी सुटतेय. पळा. "
" माझ्याबरोबर पेशंट आहे. "
"अगोदर समोर जो आहे तो डबा पकडा, नंतर काय ते बघू. "
तुम्हाला आम्ही कसंतरी गाडीत बसवलं, तोपर्यंत गाडी हलली. मध्ये एखादं स्टेशन गेलं असावं. नंतर कंडक्टर आला. तेव्हा त्यानं मी त्याच्याजवळ दिलेली तिकीटं पाह्यली आणि स्वत:च्या डोक्यावर हात मारून घेतला. मी उडालोच. ती गाडी बंगलोरला जाणारी होती. कंडक्टरला त्याची चूक समजली. तो अतिशय सज्जन निघाला. तो आपल्याबरोबर बेळगावला उतरला. प्रवासाचा शिणवठा येऊन तुमची अवस्था आणखी चिंतनीय झाली. तुम्ही जवळजवळ ग्लानी आल्याप्रमाणे पडला होतात. बेळगावसारख्या अनोळख्या गावात मी अपरात्री टॅक्सीसाठी फिरून आलो. पाचशे रुपये देण्याची ताकद नाही. आणि तुमचं जर काही कमीजास्त झालं तर?.. ही भीती मानगूट सोडत नाही. शेवटी पहाटे साडेतीनच्या गाडीनं पुन्हा मिरजेला परतलो. आणि ९॥ ते १० च्या दरम्यान सुटणाऱ्या अशाच एका पॅसेंजरनं संध्याकाळी पाचला पुण्यात परतलो. त्या कंडक्टरनं मात्र शेवटपर्यंत मदत केली. आर्थिक सुबत्ता असती तर मी तुम्हाला जातायेता स्पेशल टॅक्सीनं नेलं असतं; पण...
व्यवहारी जगात मीही अपूर्णांक राह्यलो. तीनशे ते पाचशे रुपयांत कथासंग्रह विकायचे आणि संसारात निर्माण होणारी नड आणि दरी बुजवायची. ' दरी ' इतकी प्रचंड, की ' पदरी ' काय आणि किती पडायला हवं होतं, याचा विचार कधी केला नाही आणि विचार करायला सवडही मिळाली नाही. ' मेनका प्रकाशन 'च्या पु. वि. बेहऱ्यांनी मला जरा जाग आणली. ते म्हणाले, " तुमच्या कथासंग्रहाच्या आवृत्त्या निघतात. थोडी कळ सोसलीत, तर रॉयल्टीवर पुस्तकं द्या आणि किती फरक पडतो ते पहा. "
लेखकाला आपणहून हे असं सांगणारे प्रकाशक महाराष्ट्रात किती असतील?
पु. वि. बेहरे यांना मी सलाम केला. ऐपत आणि दानत या अनेक ' धनिक वणिक बाळांच्या ' घरी सवती-सवतीसारख्या वागतात. पुविंच्या घरात त्या दोघी सुखानं नांदताहेत.
आणि तरीही, पाच हजारांची आवृत्ती काढून तीनच हजार पुस्तकं छापली असं सांगणारे प्रकाशक मला अजूनही भेटताहेत. नावावर असलेल्या बेचाळीस पुस्तकांची पुण्याई पाठीशी असल्यानं आवृत्ती किती हजारांची आहे, हे आकडे लपत नाहीत. अनिल मेहता ही व्यक्ती मात्र वेगळीच. वसुंधरेच्या आजारपणाची बातमी समजताच

ते कोल्हापूरहून सरळ के. ई. एम. मध्ये आले. फक्त मला भेटण्यासाठीच आले. निरोप घेताना म्हणाले,

" तुम्हाला जेवढी रक्कम लागेल तेवढी आयडीयल बुक कंपनीकडून माझ्या नावावर घ्यायची. या व्यवहाराचा लेखक-प्रकाशक नात्याशी संबंध नाही... केव्हाही कितीही रक्कम लागली तरी... "

माणुसकीचं हे दर्शन मला तुमची आठवण करून देतं... तुम्हाला तुमच्या मेहनतीचे पैसेही का मिळू नयेत, हा प्रश्न छळ, छळ छळतो. वयाची पंचाहत्तरी उलटली तरीही माणसं तुम्हाला फसवत राहिली. ' मदनाची मंजिरी 'च्या नेपथ्याचे पैसे तुम्हाला निव्वळ श्री. मोहन वाघांमुळे, त्यांनी दिलेला शब्द पाळला म्हणून मिळाले. त्यांच्या पार्टनर्सनी तेव्हा टोलवाटोलवी केली.

का? - का?

अर्थात, जगात कितीतरी ' का? 'ची उत्तरं मिळत नसतात.

याचं उत्तर शोधणारा कॉम्प्युटर निर्माण होणं शक्य नाही. 'दुरितांचे तिमिर जावो' या नाटकात वेडा वाटलेला आणि ठरवला गेलेला दिगू, असेच तीन प्रश्न पंतांना विचारतो -

' सूर्य मावळतो, प्रकाश जातो. ' का? ' म्हणून विचारलं तर काय उत्तर द्यायचं? '

' परमेश्वरानं मला जन्म दिला, बुद्धी दिली नाही. ' का? ' म्हणून विचारलं तर काय उत्तर द्यायचं? '

' देहाला सोडून प्राण गेला, जीव जगला नाही. ' का? ' म्हणून विचारलं तर काय उत्तर द्यायचं? '

काही काही प्रश्नांची उत्तरं द्यायची नसली की नियतीच गप्प बसते असं नाही; ती तर समोरच उभी राहत नाही. पण चालती बोलती माणसंही गप्प बसतात.

" मला उत्तर द्यायचं नसलं म्हणजे मी गप्प बसतो. समोरच्या माणसानं आकाशपाताळ एक केलं तरी मी ' ढिम्म ' राहतो. ही माझी नेहमीची युक्ती आहे. "

असं श्री. भालचंद्र पेंढारकरांनी, मी ' जपून टाक पाऊल 'चं लेखन करीत होतो तेव्हा सांगितलं होतं. नंतर त्यांनी तोच प्रयोग माझ्यावर केला.

मला घरची जमीन आणि सिलिंगही एक करता येत नाही, मग आकाशपाताळाची बातच दूर.

तुम्ही तेव्हा पुण्याला होतात. मी दिवसभर ऑफिस करून परस्पर साहित्यसंघात जात होतो. पेंढारकरांचं रात्री नाटक असेल, तर दादरला येऊन रात्री साडेबारा-एकला पुन: साहित्यसंघात जात असे आणि पहाटे साडेचार-पाचला परत येत असे.

कोणत्या भावनेनं?
तुमच्या ब्रशचा वारसा मला मिळाला नाही. नाटक लिहिणं साधलं नाही. ललितकलादर्श आणि पेंढारकर तुमचं दैवत. एकोणीसशे सदतीस सालापर्यंतचा ललितकलादर्शचा इतिहास तुम्ही लिहिलात. सदतीस ते सदुसष्ट सालाचं लेखन आपण करावं, ही एकमेव भावना. पेंढारकरांच्या वेळा, मूड्स सांभाळत मी चार महिने हे काम केलं.
' रंगभूमीवरील नेपथ्य ' हे तुमचं पुस्तक पुण्यात तयार होत होतं. चार जानेवारी एकोणीसशे अडुसष्ट रोजी, आपल्या दोघांच्या पुस्तकांचा प्रकाशन समारंभ एकाच वेळी होणार होता. आपल्या दोघांच्या पुस्तकांचा विषय एकच, म्हणजे ' रंगभूमी ' हाच होता.
बापलेकाच्या पुस्तकांचा एकाच वेळी प्रकाशन समारंभ असा योग साहित्यक्षेत्रात किती जणांच्या भाग्यात असेल?
माझ्या भाग्यात नव्हता, इतकं नक्की.
कारण पेंढारकरांनी समारंभाच्या आदल्या दिवशी मला सांगितलं, " उद्या पुस्तक प्रकाशित करणार नाही. मी निर्णय का घेतला ते योग्य वेळी सांगेन. "
नंतर ते ' ढिम्म ' राह्यले.
' अपेक्षित ' वेळ टळली, की ' योग्य ' वेळेत कुणाला स्वारस्य असतं?
पितापुत्रांना एकाच वेळी रंगमंचावर पाह्यला मिळणार, या आनंदासाठी भिडे फॅमिली मुद्दाम पुण्याहून मुंबईला आली होती. दुर्गेश मोंडकर त्याची गाडी आपल्यासाठी घेऊन आला. इतकंच नव्हे, तर त्याच्या पत्नीनं, पुष्पानं दुर्गेशचा सूट मला आग्रहानं घालायला लावला.
पेंढारकरांचा बदललेला बेत मी तुम्हाला ऐकवला होता आणि मी समारंभाला येणार नाही, हेही सांगितलं होतं. निरपेक्ष भावनेनं केलेल्या कामावर हा असा वज्राघात?
मला तो धक्का पेलला नव्हता. ही अशी उपेक्षा पचवून तुम्ही इम्यूनड् झालेले. तुम्ही शांत राह्यलात.
मला समारंभाला हजर राहावंच लागलं.
ज्यांच्या लेखणीच्या जोरावर ललितकलादर्श तरली होती, अशा नाटककारानं मला सांगितलं,
- " विंगमध्येच थांबा. किमान पाचपन्नास नामवंत माणसांच्या नजरेस पडाल अशा ठिकाणी उभे रहा; कारण ही अशी माणसं, ' अरे, तुम्हाला किती शोधलं, तुमचा पत्ताच नव्हता ' असं नंतर म्हणतात. अशा माणसांना ही संधी द्यायची नाही. मीसुद्धा यातून गेलोय. "
खुद्द नाटककारावर अशी वेळ येते, ज्यानं वर्तमानकाळात कंपनी नावारूपाला आणली, तिथं कंपनीनं वाटचाल कशी केली हे भूतकाळाचं लेखन करणाऱ्याला

कोण विचारतो?

निरपेक्ष-निरपेक्ष म्हणतानाही मला काय हवं होतं? - तर फक्त एक पुष्पगुच्छ. तोही तुमच्यासमवेत. पण नाही. 'का?' असं कुणाला विचारायचं? दुसऱ्या आवृत्तीत जो फोटो आहे, तो फोटो पु. भा. भावे यांनी मला स्टेजवर ओढून आणलं म्हणून. 'तुमचा अधिकार रंगमंचावर येण्याचा आहे,' हे भावेअण्णांचे शब्द.

पहिल्या आवृत्तीत मी हे लिहिलं नाही. तुमचं मन सांभाळायचं म्हणून. कारण, 'राजकमल' आणि 'ललितकलादर्श' यांच्या बाबतीत आम्ही घरातल्या मंडळींनी, तुमचे अव्यक्त क्लेश पाहूनही अवाक्षर काढायचं नाही, हा तुमचा दंडक. मग आता मी हे का लिहिलं?

अण्णा,

पाच नोव्हेंबर एकोणीसशे अठ्ठ्याऐंशी ही तुमची जन्मशताब्दी तिथी. दहा दिवसांत पुस्तक छापून देतो, असं अनिल मेहतांनी सांगितलं. अनिल मेहता हे माझे नवे प्रकाशक. पु. वि. बेहरे यांनी माझी तेवीस पुस्तकं प्रकाशित केली. मेनका-रंभा आपल्या पायातील 'पैंजणा'च्या रुणझुणत्या किणकिण निनादात माझं 'सलामत' पेन हिरावून नेतील अशी तुम्हाला भीती वाटली होती. पण पुविंनी एकाहून एक सरस अशी माझी तेवीस पुस्तकं प्रकाशित केली. खूप मेहनत करून त्यांनी प्रकाशक-संपादक म्हणून नाव कमावलं आहे. ऐपत आणि दानत याचा इथं मिलाफ आहे.

तुमची एक आणि एकच इच्छा अपुरी राह्यली हे मला माहीत होतं. तुम्हाला 'वन मॅन शो' करायचा होता. तुमच्या जन्मशताब्दीच्या निमित्तानं मी आता तो करीत आहे.

त्या निमित्तानं हा लेख, दुसऱ्या आवृत्तीसाठी. अनिल मेहता सळसळत्या वृत्तीचे. ते दहा दिवसांत पुस्तक देणार म्हणजे देणार. 'चिअर्स' पुस्तक त्यांनी असंच दिलं होतं.

तुम्हाला न आवडणाऱ्या गोष्टींचा मी यात उल्लेख केला आहे.

एखाद्या धनाढ्य माणसाच्या मुलानं, बाप जग सोडून गेल्यावर सगळी संपत्ती उधळून टाकावी, त्याप्रमाणे मी जुन्या व्यथांची संपत्ती आज उधळून टाकली. पाय जमिनीवर राहावेत म्हणून काही व्यथा जतन केल्या आहेत आणि नव्यानं निर्माण होणाऱ्या व्यथा मला एकटं, एकाकी होऊ देणार नाहीत.

'जपून टाक पाऊल' च्या लेखनकालात पेंढारकर मला म्हणाले होते, "सगळी

माणसं व्यवसायातून निवृत्त झाल्यावर आत्मचरित्र लिहितात, मी मात्र व्यवसायात असतानाच लिहिणार आहे. ''

मीही तेच ठरवून काही घटना लिहिल्या.

आणि त्याहीपेक्षा खरं सांगू?

तुमच्याइतकं मोठं मन मला करता आलं नाही, अजून येत नाही. स्वत:वर होणारा अन्याय एकवेळ स्वत:जवळ ठेवता येईल. माझा जो बँक बॅलन्स ' बॅलन्स ' घालवील एवढा प्रचंड आहे; इन्कमटॅक्सवाल्यांनी व्यथांवर धाड घालायला प्रारंभ केला, तर मी मंत्री-पुढारी-स्मगलर्स-सिनेकलावंत या सगळ्यांच्या आधी तुरुंगात जाईन. पण तुमची जी फसवणूक झाली ती मला आजही सहन होत नाही.

आपण कोणत्या सन्मानाचे मानकरी ठरलो आहोत, हे कळण्याच्या स्थितीपल्याड गेल्यावर तुम्हाला खरंखुरं सुवर्णपदक मिळतं आणि जेव्हा सगळं समजत होतं, तेव्हा काय मिळालं?

फक्त सत्कार-समारंभ आणि हार.

सतरा ऑगस्ट एकोणीसशे सहासष्ट साली तुम्ही श्री. भालचंद्र पेंढारकरांना पाठवलेल्या पत्रातला मजकूर आज विलक्षण काहूर माजवतो.

तुम्ही लिहिलं होतं -

'' ' स्वामीनी ' पासून ' बहुरूपी 'पर्यंत जी काही ललितकलेची सेवा माझ्याकडून झाली, त्याची जाणीव ठेवून, वेळोवेळी पुरस्कार-सत्कार करून तू आपले कर्तव्य बजावलेस. त्या चांदी-सोन्याच्या कलापूर्ण वस्तूंनी कपाट सुशोभित झाले, पण आता असे वाटावयास लागले की, ते सत्कार-समारंभ प्रत्यक्ष दैनंदिन व्यवहारात कुचकामीच असतात. सत्कार-समारंभांना थोडा का खर्च येत असेल?

पण आता यापुढे वस्तुरूपात काही रक्कम खर्च तू माझ्यासाठी करू नयेस. द्रव्यरूपानं होणारा खर्चच सांप्रत अवश्य आहे.

आजवरच्या कामाचं मोजमाप मी ठेवलेलं नाही. कलेची किंमत शून्यापासून पुढे अगणित होऊ शकते. तेव्हा शून्यामागचे आकडे किंवा त्यापुढील शून्ये ठरवण्याचे महत्त्वाचे अवघड काम, मी ते तुझ्यावरच सोपवतो. ''

अण्णा,

या पत्राचा परिणाम काय?

शून्य.

मला वाईट वेगळ्याच गोष्टीचं वाटतं. खरं सुवर्णपदक मिळालं तेव्हा तुम्ही

माणसातच नव्हतात, आणि कळत होतं तेव्हा ज्या सोन्याचांदीच्या गोष्टी मिळाल्या त्या सगळ्या खोट्या निघाल्या. त्या खोट्या सोन्याचांदीच्या वस्तूंना पॉलिश करायचा खर्च शंभर रुपये. तोही आपण एकदोनदा केला. पण एकदा अत्यंत निकडीच्या प्रसंगी ताई त्या वस्तू मोडायला निघाली, तेव्हा कुणी पन्नास रुपयेही देईनात.

प्रथम मी पेंढारकरांवर संतापलो.

आज मात्र मला त्यांचा अभिमान वाटतो. तुम्ही आणि पूज्य केशवराव दाते यांनी पेंढारकरांना मुलासारखं मानलं होतं.

मुलाचं कार्य आणि कर्तव्य कोणतं?

बापाचा वारसा चालवणं.

नेपथ्यकार म्हणून तुमचं सामर्थ्य कोणतं? - तर वास्तवतेचा, सत्याचा भास केवळ ब्रशच्या नर्तनातून निर्माण करायचा.

- नाटककार बाळ कोल्हटकरांनी काल रात्री एक किस्सा टेलिफोनवर ऐकवला; किस्साही आणि त्यांचीही तुमच्यासारखीच आर्थिक कुचंबणा कशी झाली, ते. ' दुरितांचे तिमिर ' नाटकातला देखावा पाहून चोख नक्कल मुखोद्गत असलेले मा. दत्ताराम संवाद विसरले आणि नेपथ्य पाहत राह्यले. विनोदमूर्ती शंकर घाणेकरांनी त्यांना स्टेजवरच वाक्य सुचवलं.

- पेंढारकर तोच वारसा चालवताहेत.

त्यांनीही सोन्याचांदीच्या वस्तूंचा भासच निर्माण केला की नाही?

व्ही. शांताराम यांनी हत्ती झुलत ठेवले,

पेंढारकरांनी वारसा चालवला.

आणखीन काय हवं असतं, एका साधारण प्रतीच्या जीवनक्रम असलेल्या माणसाला?

ते आणखीन काय, हेच तर तुम्ही सांगितलं नाहीत...

तुम्ही सांगितलं नाहीत, तरीही या व्यथांचं अस्तित्व छळत नाही का?

' ठणका ' असतो; पण कधी दिसतो का?

अण्णा,

कावळा म्हणूनच शिवला नाही का हो?

नोव्हेंबर, १९८८

पु. श्री. काळे । नेपथ्य । नाटकांचे ।

शहाशिवाजी । सत्तेचे गुलाम । तुरुंगाच्या दारात । कुंजविहारी । कृष्णार्जुन युद्ध । पुण्यप्रभाव । श्री । करग्रहण । शिक्का कट्यार । वधुपरीक्षा । सज्जन । नेकजात मराठा । सोन्याचा कळस । स्वयंसेवक । प्रेमशोधन । खडाष्टक । स्त्रीपुरुष । साष्टांग नमस्कार । संन्याशाचा संसार । राजाचे बंड । स्वामिनी । दुरितांचे तिमिर जावो । आकाशगंगा । पडछाया । पंडितराज जगन्नाथ । बहुरूपी हा खेळ असा । जय जय गौरीशंकर । जिवाशिवाची भेट । संन्याशाचे लग्न । सुवर्णतुला । आंधळ्यांची शाळा । मदनाची मंजिरी ।

नेपथ्य । चित्रपटांचे ।

। १९४२ ते १९६२ - राजकमल कलामंदिर ।

शकुंतला । भक्तीचा मळा । पर्वत पे अपना डेरा । डॉ. कोटणीस । जीवनयात्रा । अंधोंकी दुनिया । रामजोशी । बनवासी । भूल । अपना देश । दहेज । अमर भूपाळी । परछाई । तीन बत्ती चार रास्ता । सुरुंग । सुबह का तारा । झनक झनक पायल बाजे । तुफान और दिया । मौसी । नवरंग । स्त्री । दो आँखे - बारह हाथ ।

अवांतर संस्थांसाठी नेपथ्य ।

डेक्कन थिएट्रिकल कंपनी । नाट्यकलाप्रवर्तक । समर्थ नाटक मंडळी । श्रीपतराव उपरे यांची संस्था । दि बॉम्बे ॲमॅच्युअर्स कंपनी । नाट्यनिकेतन । सुलोचना संगीत मंडळी । ललितकलासंवर्धक । हिराबाई बडोदेकर - सुरेशबाबू यांचे संगीत विद्यालय । देवासकर - गणतपराव यांची संस्था ।

नाट्यगृहांचे नेपथ्य ।

रवींद्र नाट्यमंदिर - मुंबई । बालगंधर्व नाट्यमंदिर - पुणे । उद्यान प्रासाद - पुणे । श्रीनंद नाट्यगृह - मुंबई ।

स. न. वि. वि.

' सांगे वडिलांची कीर्ती, ' याचा पुढचा चरण तुम्हाला माहीत असेलच; पण तो तुम्हाला मात्र लागू नाही. वडिलांची कीर्ती विशद करायला निघालेला हा सुपुत्र वडिलांहून तसूभर अधिक कीर्तिमान आहे. इथे रघुवंशाची आठवण झाली. रघुवंशात निर्माण होणाऱ्या भूपतींत म्हणे एक दोष होता. मुलगा गादीवर आला, की तो बापाची कीर्ती झाकळून टाकी. ' पुत्रादिच्छेत् पराजयम् ' हे दुर्मिळ भाग्य तुमच्या वडिलांना लाभले आहे !

तुमच्या वडिलांनी खूप सोसले. हाड आणि मन मजबूत म्हणूनच ते कधी खचले नाहीत. तुमचा विशेष हा की तुमच्या ' पुरुषोत्तम ' वडिलांना तुम्ही त्या पुस्तकात कलात्मक रीतीने उभे केले आहे. रमत गमत वडिलांच्या भोवती फेर धरला आहे. त्या निमित्ताने तुमच्यासकट तुमच्या कुटुंबाविषयी बरेचसे काही कळून जाते.

वाचल्यानंतर एक विचार मनाला चाटून गेला. अशी पहाडासारखी माणसे निसर्ग घडवीत राहणार आहे का? देशाला त्यांची गरज आहे.

तुमच्या वडिलांना माझे सादर नमस्कार सांगा. तुमच्या धर्मपत्नीसह मुलाबाळांना आशीर्वाद.

महादेवशास्त्री जोशी

तुमच्या ‘ रूम-पार्टनर ’ तर्फे अगत्यानं धाडलेलं पत्रोत्तर व ‘ वसुधा ’ मासिकाचा अंक पोचला. त्यातील चिरंजिवांच्या लेखणीतून उतरलेलं वडिलांचं रेखाचित्र हृद्य वाटलं. *तुमचे अण्णा मितभाषणी यात शंका नाही. पण मी अव्वल दर्जाच्या मौनिमुनींनाही बोलकंच काय, परंतु पोट धरून हसवीत आलो आहे. याचं उल्लेखनीय उदाहरण म्हणजे - मित्र बाबुराव पेन्टर हे होय.*
तुमचे वडील नावाने व वर्णाने काळे असले तरी अंतर्यामी गोरेच आहेत. ते पट्टीचे रसिक असून तितकेच सज्जन आणि कलावान असून कर्मनिष्ठ असावेत, हे मी त्यांच्या यशाचे रहस्य समजतो. त्यांना यथार्थपणे दैववान म्हणता येईल असे नाही, कारण आजच्या त्यांच्या सुस्थितीचे श्रेय त्यांच्या कर्मठ कष्टांना द्यावे लागते.
कार्डपत्राच्या पत्त्याच्या बाजूला पत्रारंभ करणारे एक तुमचे अण्णा अन् दुसरे म्हणजे म. म. दत्तो वामन पोतदार माझ्या आठवणीत आहेत. अक्षरावरून माणसाच्या स्वभावाची पारख करणाऱ्या शास्त्राला तुमच्या वडिलांनी चीत केलं आहे, असं म्हटलं असता चालेल. याच्या अगदी उलट चिरंजीव ! तुमच्या छपाईदार अक्षराची बरोबरी करता येण्यासारखी नाही.

र. कृ. फडके
शिल्पकार

वाङ्मयाच्या प्रचलित रूढ प्रकारांत बसण्यासारखे हे पुस्तक नाही, कारण चरित्र-आत्मचरित्र असे ढोबळ स्वरूप त्याला नाही. कधी वडिलांच्या आठवणी, कधी स्वत:च्या आठवणी, कधी दोघेही ज्या परिस्थितीतून वावरत होते त्या परिस्थितीचे करुण चित्र, तर मध्येच कुठेतरी पु. श्री. काळ्यांच्या अबोल व्यक्तिमत्त्वातील जीवितरहस्य असे त्यांनी या पुस्तकाचे निराकार रसायन केले आहे. त्यामुळे त्या वाङ्मय प्रकाराच्या मूलभूत बंधनांचे जोखड त्यांना स्वीकारावे लागले नाही. आकाशाला जसा आकार नसतो, परंतु त्याला अर्थ असतो, तसे या साऱ्या लेखनाचे झाले आहे. आभूषणांनी नटलेल्या आणि तलम वस्त्रे पेहरलेल्या स्त्रीचे सौंदर्य जसे डोळ्यांत ठसते, तसेच सात्त्विक-साधेपणाने-नि:संकोचपणे वावरणाऱ्या तन्वंगीचे सौंदर्यही लक्षात राहते. वसंत पुरुषोत्तम काळे यांच्या लेखणीतील अतिरिक्त साधेपणा हा त्यांचा गुणधर्म आहेच; पण तो या पुस्तकाला अधिक उपयोगी पडला आहे.

ग. वा. बेहरे

आजच्या लोकसत्तेतील तुमचा लेख वाचला. मला तो फार आवडला. लेखकाला कळविलेच पाहिजे असे वाटण्याइतका आनंद देणारे मराठी लेखन वारंवार वाचायला मिळत नाही. बरेच दिवसांनी तो योग आला. याकरिता तुमचे अभिनंदन.

माझी तशी अपेक्षा होती, पण त्या अपेक्षेपेक्षाही जरा उजवं असं तुमचं लेखन झालं आहे. या विषयावर प्रदीर्घ स्वरूपात काहीतरी लेखन तुम्ही केलंच पाहिजे. वेगळं आणि चांगलं लिहून बसाल. विचार करा. त्या अपेक्षा प्रस्तुत लेखाने तुम्ही निर्माण केल्या आहेत.

श्री. ना. पेंडसे

ति. अण्णांचा परिचय करून देणे आपणास जमणार नाही असे म्हणत म्हणत आपण त्यांचा करून दिलेला परिचय मनोवेधक झालेला आहे. आपण त्यांचे संपूर्ण चरित्र सांगितले नाही - तेही जाणण्याचे कुतूहल आहेच ! - तरी काही मोजक्याच प्रसंगांतून त्यांची कलासक्ती, साधी राहणी, उद्योगशीलता, प्रेमळपणा आणि अभिजात विनोदी वृत्ती यांचे मनोवेधक चित्र उभे केले आहे. ति. अण्णा आपल्या कुंचल्याने चित्र रेखाटण्यात जितके यशस्वी झाले आहेत, तितकेच तुम्ही लेखणीने चित्र रेखाटण्यात निष्णात आहात, हे या छोट्याशा पुस्तकावरून दिसून येते. आपली लेखनशैली कै. य. गो. जोशींच्या शैलीची आठवण करून देणारी आहे.

अ. वा. वर्टी

आताच गाडीत तुमचा 'रूम-पार्टनर' वाचला अन् लगेच गाडीतच लिहीत आहे. लेखाची भट्टी चांगली जमली आहे आणि म्हणूनच तो लहान - फार लहान वाटतो! ते काही नाही, तुम्ही अण्णांवर भलेभक्कम पुस्तकच लिहा - त्यांची माहिती जमवा - इतरांकडून आणि मुख्यत: त्यांच्याकडूनच !

त्यांच्या संगतीत काही तास घालवायचे भाग्य मला पामराला कधी मिळेल काय? त्यांना आणि घरच्या अन्य मंडळींना नमस्कार.

वा. य. गाडगीळ

'सांगे वडिलांची कीर्ती' हे तुमचं पुस्तक वाचण्यापूर्वी सहज म्हणून चाळायला घेतले आणि चाळता चाळताच वाचून काढले. दोन्ही डोळ्यांत मोतीबिंदू वाढत

असल्यामुळे अलीकडच्या काळात तरी एखादे पुस्तक जवळजवळ समग्र असे एकाच बैठकीत आणि विशेषत: रात्री वाचून काढणे मला कधीच शक्य झाले नव्हते; पण ' वडिलांची कीर्ती ' हा या अवस्थेला एक सुखद अपवाद ठरला. कर्तबगार वडिलांबद्दल वाटणारी प्रेमादरयुक्त भक्ती आणि एखाद्या जिवलग मित्राबद्दल वाटणारा जिव्हाळा यांचा या आपल्या पुस्तकात मोठा छान संगम झाला आहे. आणि एखादा चित्रकार चित्र काढताना मध्येच थांबून व दूर अंतरावर जाऊन त्या चित्राकडे प्रेक्षकांच्या ज्या तटस्थपणे पाहतो, तो तटस्थपणा, ती अलिप्तता याचेही मिश्रण त्यात मधून मधून आढळते. उगीच अधिक पाल्हाळ मी लावीत नाही, पण हे पुस्तक मला खरोखरच आवडले व त्याबद्दल तुमचे मन:पूर्वक अभिनंदन. कळावे, हे आशीर्वाद.

चं. वि. बावडेकर

' सांगे वडिलांची कीर्ती ' हे आपले पुस्तक मी आवडीने एका बैठकीत वाचून संपवले. एकेका आठवणीतून आपण अण्णांच्या व्यक्तिमत्त्वाचे वेगवेगळे पैलू आणि त्यांच्या जीवनातले लहान-मोठे, कडू-गोड प्रसंग फार हळुवारपणे चित्रित केले आहेत. त्यांची विनोद बुद्धी, त्यांची कष्ट करण्याची, स्वत:संबंधीचा विचार मागे टाकून दुसऱ्याची काळजी करण्याची वृत्ती, स्मरणशक्ती, आपले सर्वांचे कौटुंबिक जीवन हे सर्व त्यात प्रसन्नपणे व्यक्त झाले आहे. एकेका रंगरूपाने, कुंचल्याच्या रेषेने जिवंत आणि अर्थपूर्ण होत जावे तसे सर्व झाले आहे. पितृऋण फेडणे हे प्रत्येक सत्पुत्राला आपले कर्तव्य वाटते. लेखनाच्या आणि गृहमंडळाच्या क्षेत्रात उत्तम लौकिक संपादन करून आपण ते अप्रत्यक्षपणे फेडलेच आहे. अण्णांना स्वत:चे जीवन कृतार्थ वाटावे असेच आपले वागणे आणि कर्तृत्व आहे. पण ह्या आठवणी लिहून आपण ते प्रत्यक्षपणे फेडले आहे. आपण एक उत्तम काम केले आहे.

रा. भि. जोशी - सु. जोशी

' सांगे वडिलांची कीर्ती ' हे मला भेट दिलेलं पुस्तक व त्याचबरोबर ' कर्मचारी ' हा कथासंग्रह वाचला. पुस्तक वाचेपर्यंत तुम्ही चित्रकार काळे यांचे चिरंजीव, ' श्रमसाफल्य ' हा तुमचा बंगला, तुम्ही पुण्याचे, हे काही काही माहीत नव्हतं. माझे थोरले बंधू ' दादा ' नाट्यव्यवसायात होते, ' ललितकलादर्श ' चा अस्त

झाल्यावर ' ललितकलासंवर्धन ' ही नाट्यसंस्था माशेलकर भार्गवराम आचरेकर यांनी चालविली होती. त्यांचे पडदे रंगवण्यासाठी श्री. काळे संकेश्वरला गेले होते, तेव्हा त्यांच्या हाताखाली आमचे दादांनी दोन महिने काम केलं होतं. त्यांच्या काही गोष्टी फार वर्षांपूर्वी दादांनी आम्हाला सांगितल्या होत्या. त्यातली एक गोष्ट अजून आठवते आहे. सुरूची झाडे पडद्यावर रंगवायची असली तर श्री. काळे पेल्यामध्ये रंग घेऊन अंगणात पाणी मारावे तसे पडद्यावर रंग फेकायचे आणि बरोबर परिणाम साधायचे. या साऱ्या गोष्टी आठवून दादांनीही ते पुस्तक वाचलं. दोघांनाही पुस्तक खूपच आवडलं. त्यातल्या साहित्यिक गुणांबद्दल मी काय लिहिणार? परंतु पुस्तक पुन्हा एकदा वाचून काढलं, एवढं आवडलं.

गजाननराव वाटवे

अण्णांची नेहमीची प्रसन्नता त्यांचं आजारपण थांबवू शकली नाही. अखंड कार्यशीलता, एक कर्मयोगी जीवन, टापटीप, मुलाच्या लेखनाबद्दल असणारी आपुलकी शब्दाशब्दांतून जाणवते. दोन कलावंतांच्यात, बाप-लेक असूनही आढळून येणारी सूक्ष्म असूया येथे कोठेही मिळायची नाही. दुराव्याची खंत मात्र शब्दाशब्दांतून जाणवते. लहानपणचे खेळ, अण्णांची क्रिकेटची आणि नाट्यसंगीताची आवड, ताजी गाणी ऐकताना जुन्या काळातील गाणी गुणगुणणारं, हरखून जाणारं त्यांचं मन, लहानसहान गोष्टींत रस घेण्याची त्यांची वृत्ती पानापानांतून जाणवते.
.....आपल्या मुलाविषयी काळजी करायची वेळ आली की मग आपल्याबद्दल आई-वडिलांना वाटणारी काळजी अधिक प्रकर्षाने जाणवते. ' बाळा, तुला लागलं नाही ना? ' असं विचारणारं आईचं हृदय आणि ' माझ्यामुळे तुला काही होणार नाही ना ' अशी विचारणा करणारे अण्णा, कसं सारखंच वाटतं नाही !
चित्रपटासाठी आणि नाटकासाठी रंगविलेल्या मांजरपाटाची आकडेवारी एकूण भावपूर्णतेला काहीशी खटकते. पण तरीही अण्णांच्या अखंड कष्टाच्या जीवनाची जाणीव द्यायला ती समर्थ ठरते. लेखनाच्या सुरुवातीलाच सांगितलेला दुरावा शब्दातून एखाद्या व्यथेसारखा पुन्हा-पुन्हा जाणवतो. सर्वार्थानं पित्याला जाणूच शकलो नाही, याची जाणीव झाल्यानंतर सर्वार्थानं शब्दात पकडणं अशक्य होणं साहजिकच आणि अपरिहार्य नाही का? ही अपुरेपणाची जाणीव शब्दाबरोबरच पुस्तकाच्या ले-आऊटमधूनही जाणवते. अजून खूप सांगायचं आहे, असं अर्ध्या कोऱ्या सोडलेल्या पानांतून जाणवतं.

विद्युत भागवत

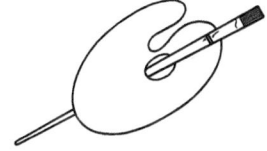

विष्णुदास भावे सुवर्णपदक, ग. दि. माडगूळकर यांच्या हस्ते १९७३

चित्रपट 'दहेज'.

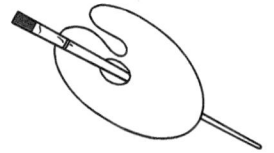

मनासारखी काच फुटेपर्यंत व्ही. शांतराम यांनी तीन वेळा काच बदलली.
मनासारखा रिझल्ट मिळाला.

बालगंधर्व नाट्यगृह उद्घाटन सोहळा.
२६ जून १९६८.

माननीय यशवंतराव चव्हाण यांच्या हस्ते सत्कार.

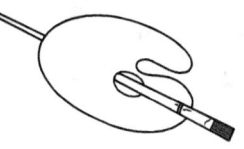

चिंतन.

अमर भूपाळी.

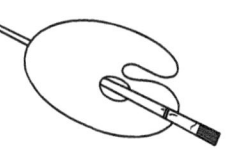

शनिवारवाड्याचं मॉडेल -
अमर भूपाळी चित्रपटासाठी.

नक झनक पायल बाजे.

झनक झनक पायल बाजे.

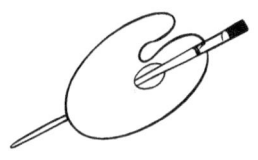

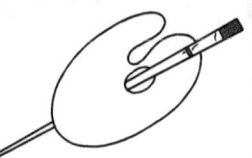

संगीत दिग्दर्शक वसंत
देसाईंतर्फे सत्कार.

व्ही. शांताराम ह्यांच्या हस्ते
सत्कार. दुरिताचे तिमिर जावो
दोनशेव्या प्रयोगानिमित्त.

जी. एन्. जोशी, राम मराठे,
किशोरी आमोणकर-यांच्या
समवेत.

नाटककार विद्याधर गोखले पु. श्री.
आणि कवि स. अ. शुक्ल.

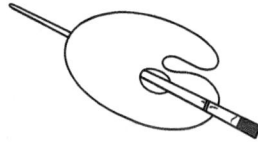

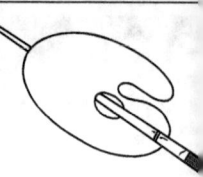

प्रजासत्ताक दिनानिमित्त, महाराष्ट्र राज्यातर्फे दिल्लीला पाठवण्यासाठी केलेला रथ.

सव्वीस फूट बाय सोळा फूटाचा पडदा जमिनीवर पसरून रंगवण्याची पद्धत.

'मदनाची मंजिरी' नाटकाचं नेपथ्य करताना.

पु. भा. भावे • ग. दि. माडगूळकर • पेंढारकर • वपु. • पु. श्री. काळे • वसंत देसाई.